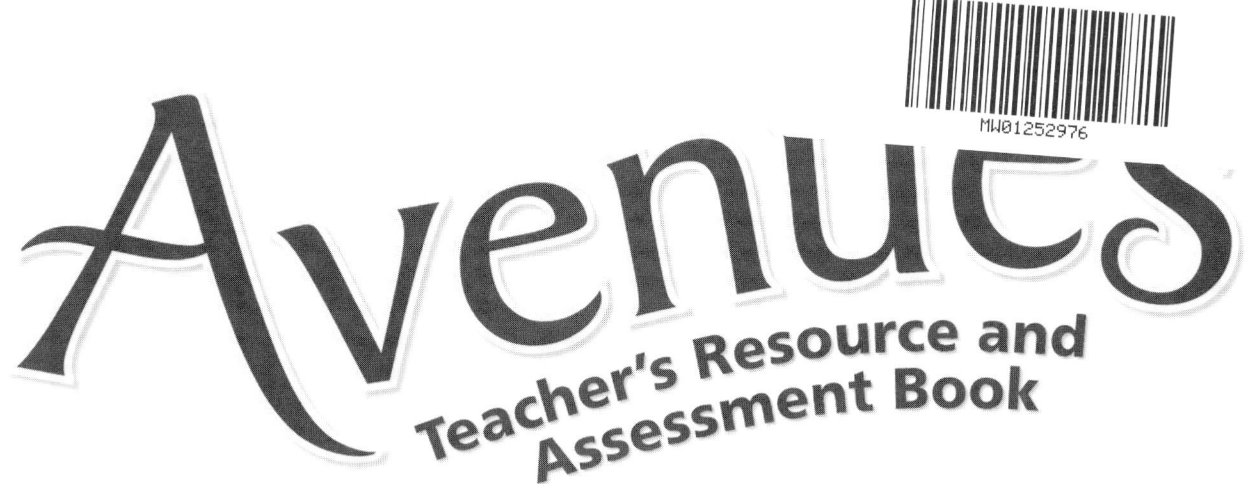
Avenues
Teacher's Resource and Assessment Book

HAMPTON-BROWN

Acknowledgments

Illustrations in Activity Masters:
Linda Howard Bittner 32–33, 41–42
Karen Stormer Brooks 13–18
Lynne Cravath 11, 19–20, 23
Ruth Flanigan 1–3, 5, 9–10, 12, 21–22, 24–25, 35–40, 43
Fran Newman 6–7

Cover Design: Pronk and Associates.

Cover Illustration: Peter Grosshauser.

Hampton-Brown
P.O. Box 223220
Carmel, California 93922
800-333-3510
www.hampton-brown.com

Printed in the United States of America

ISBN 0-7362-2378-9

06 07 08 09 10 11 12 13 9 8 7 6 5 4 3 2

Contents

Avenues

Activity Masters

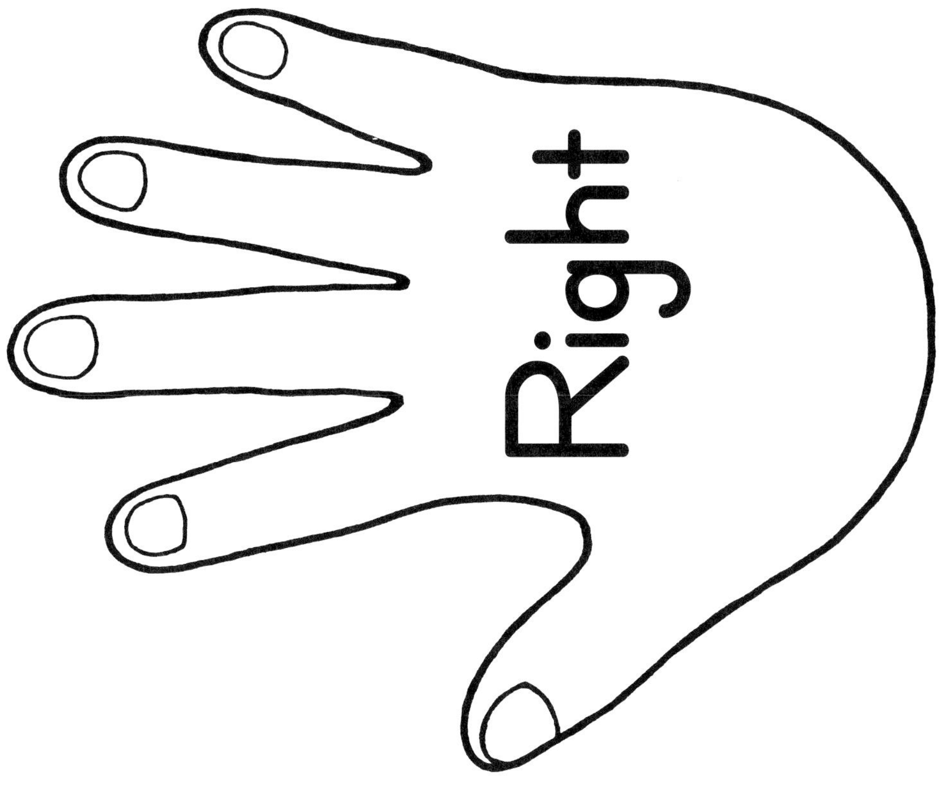
Right

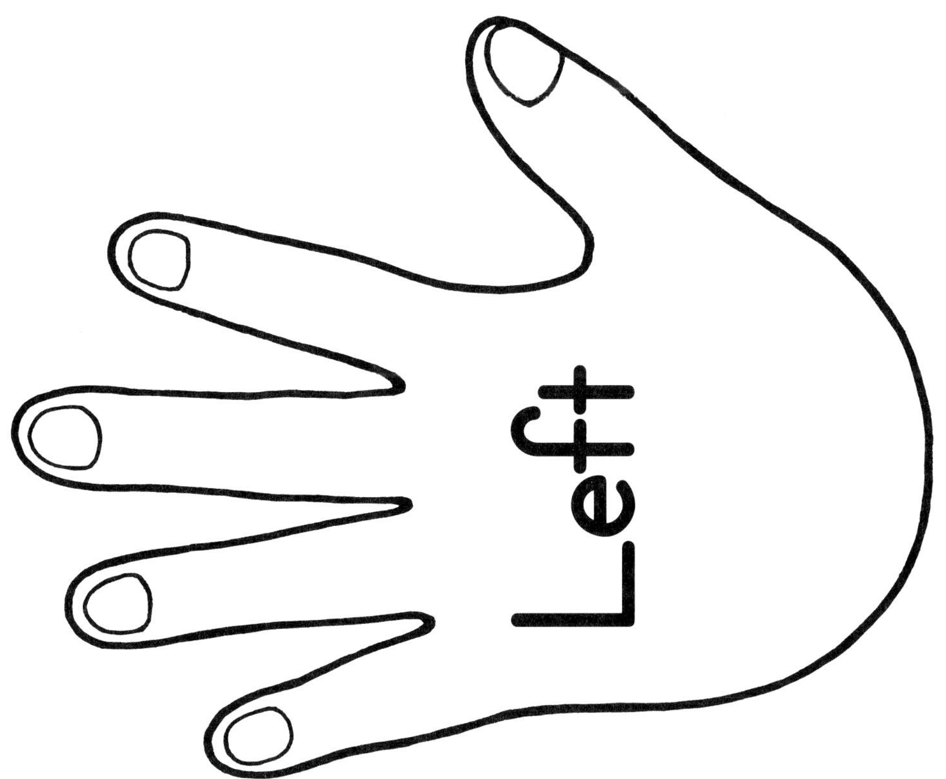
Left

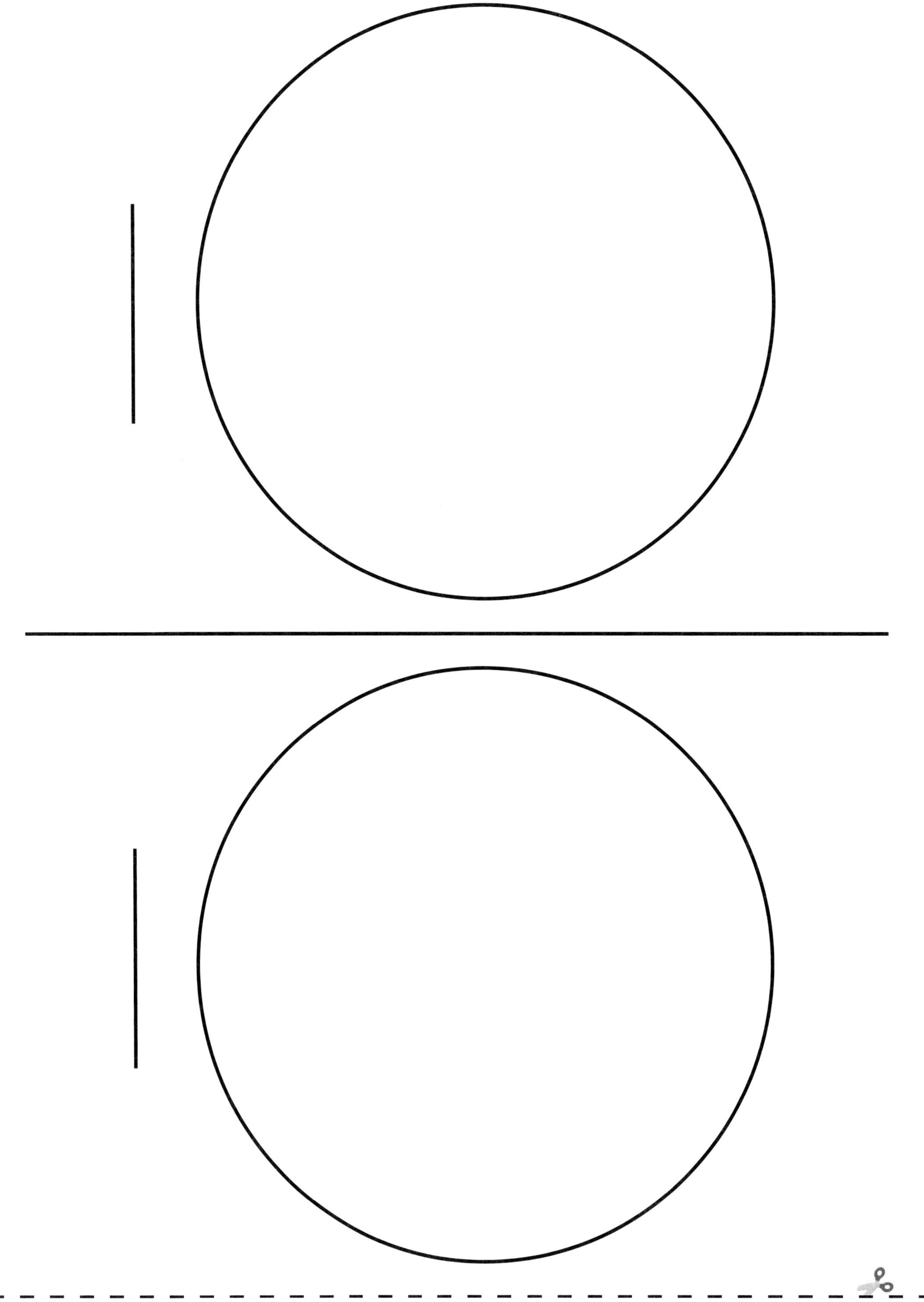

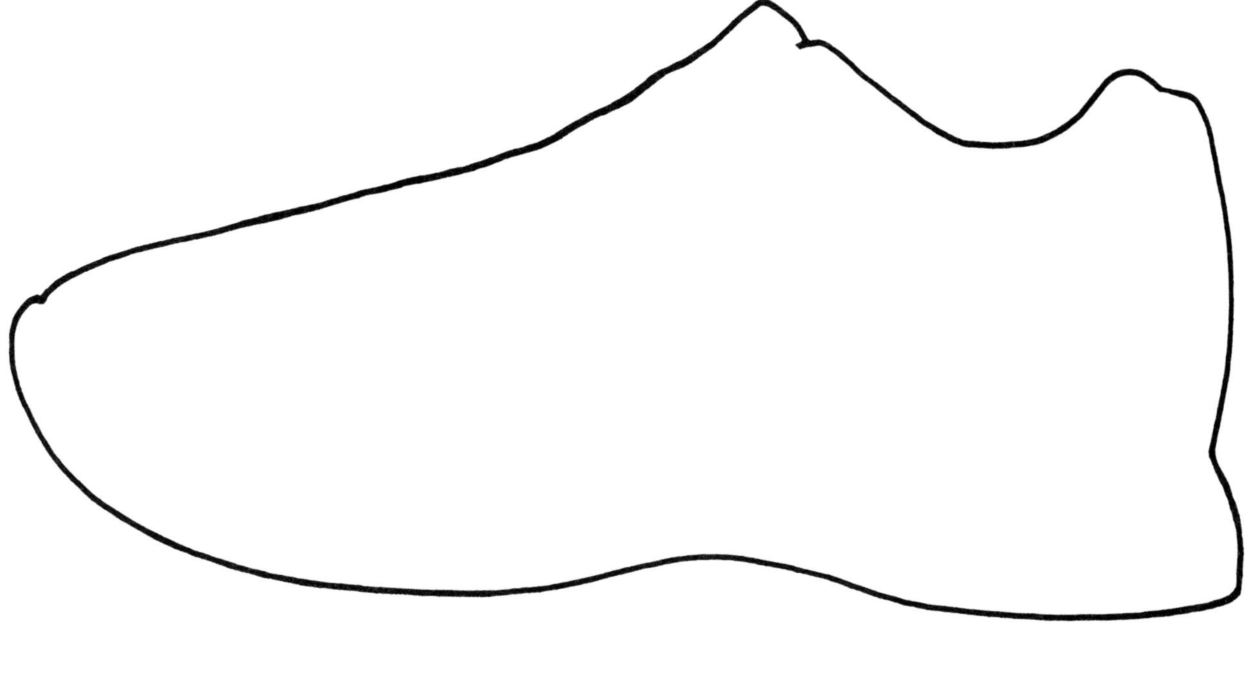

brush teeth

go to school

milk

apple

cereal

eat breakfast

For use with TE pages T72–T73

take a bath

sleep

salad

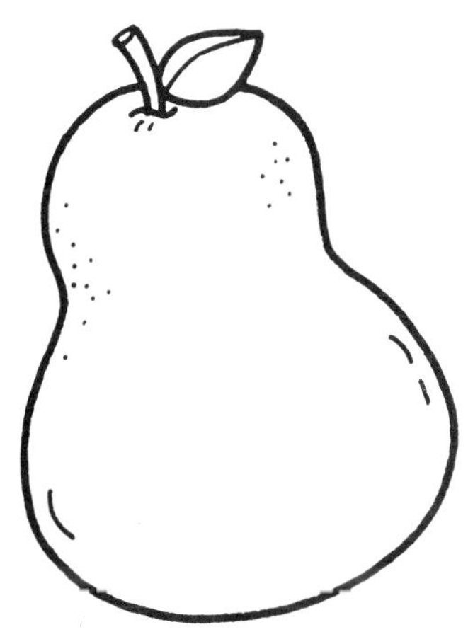

pear

soup

eat dinner

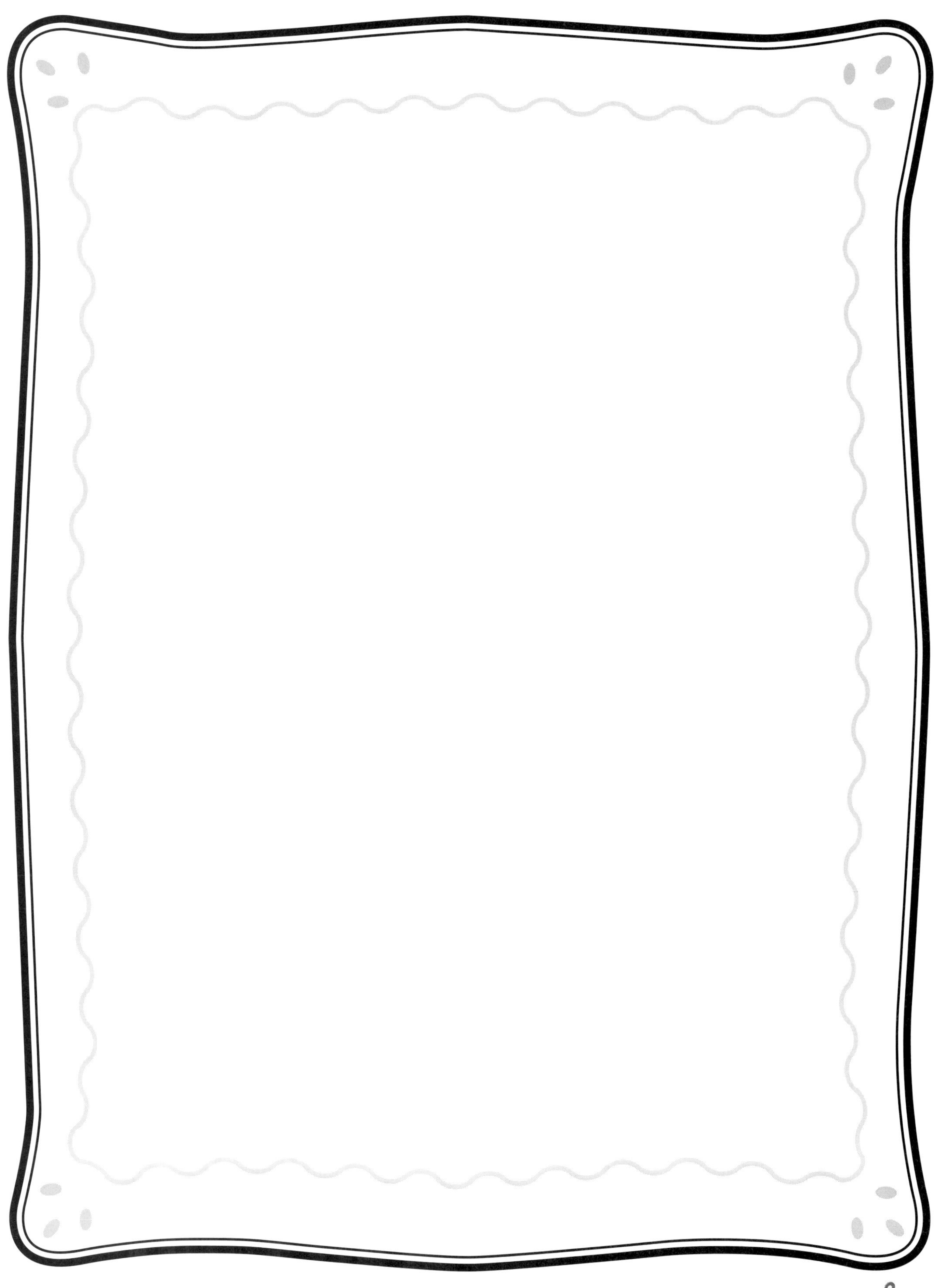

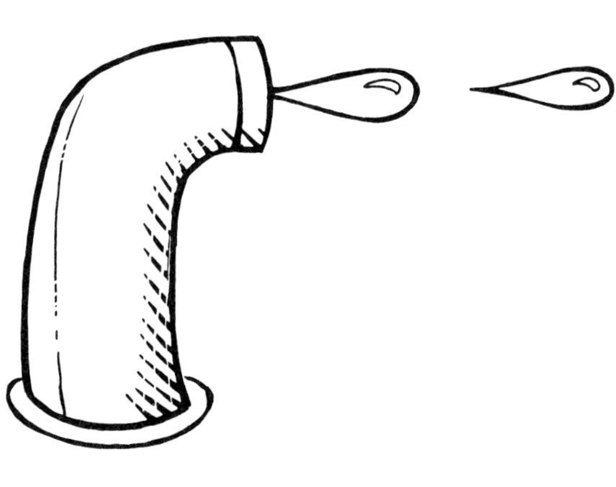

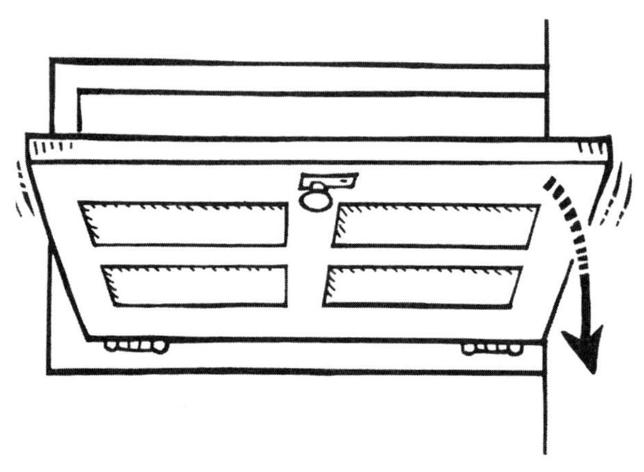

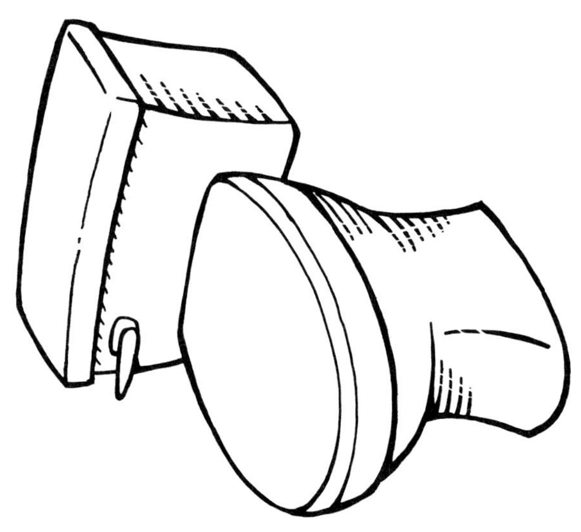

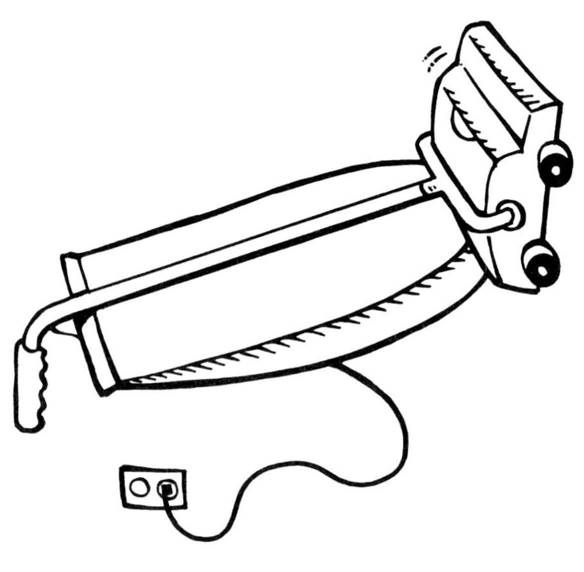

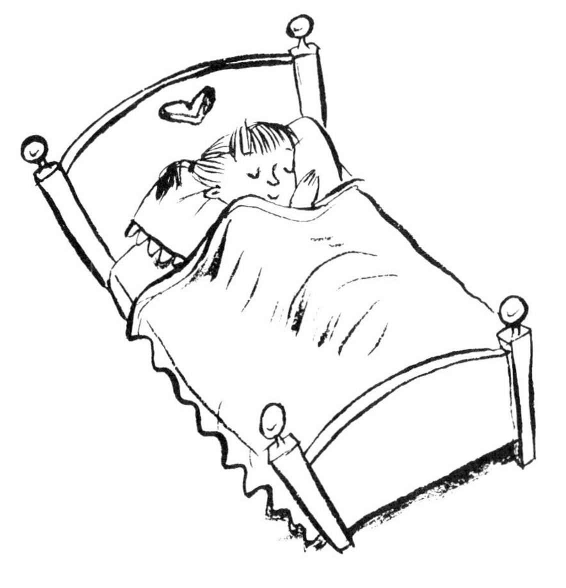

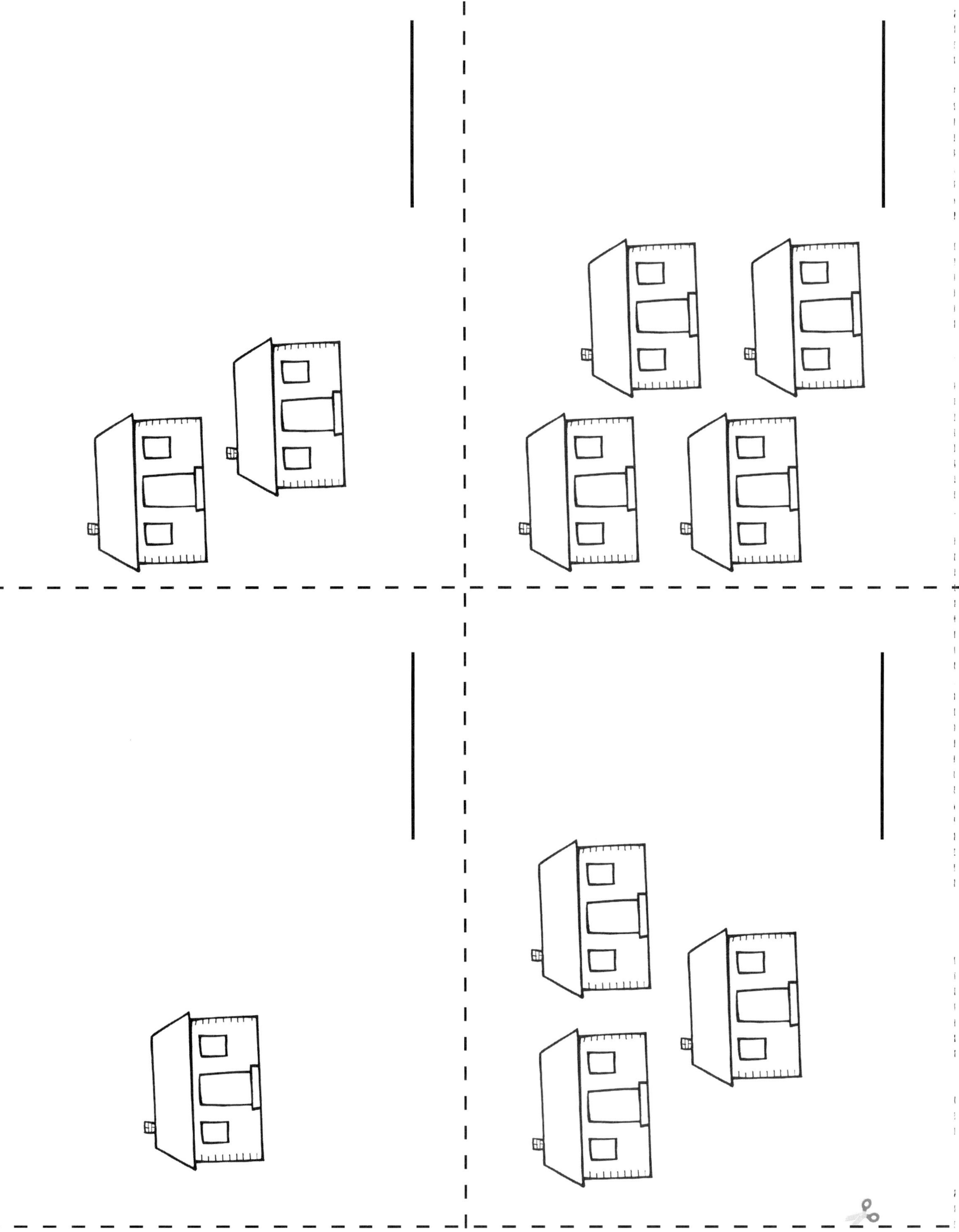

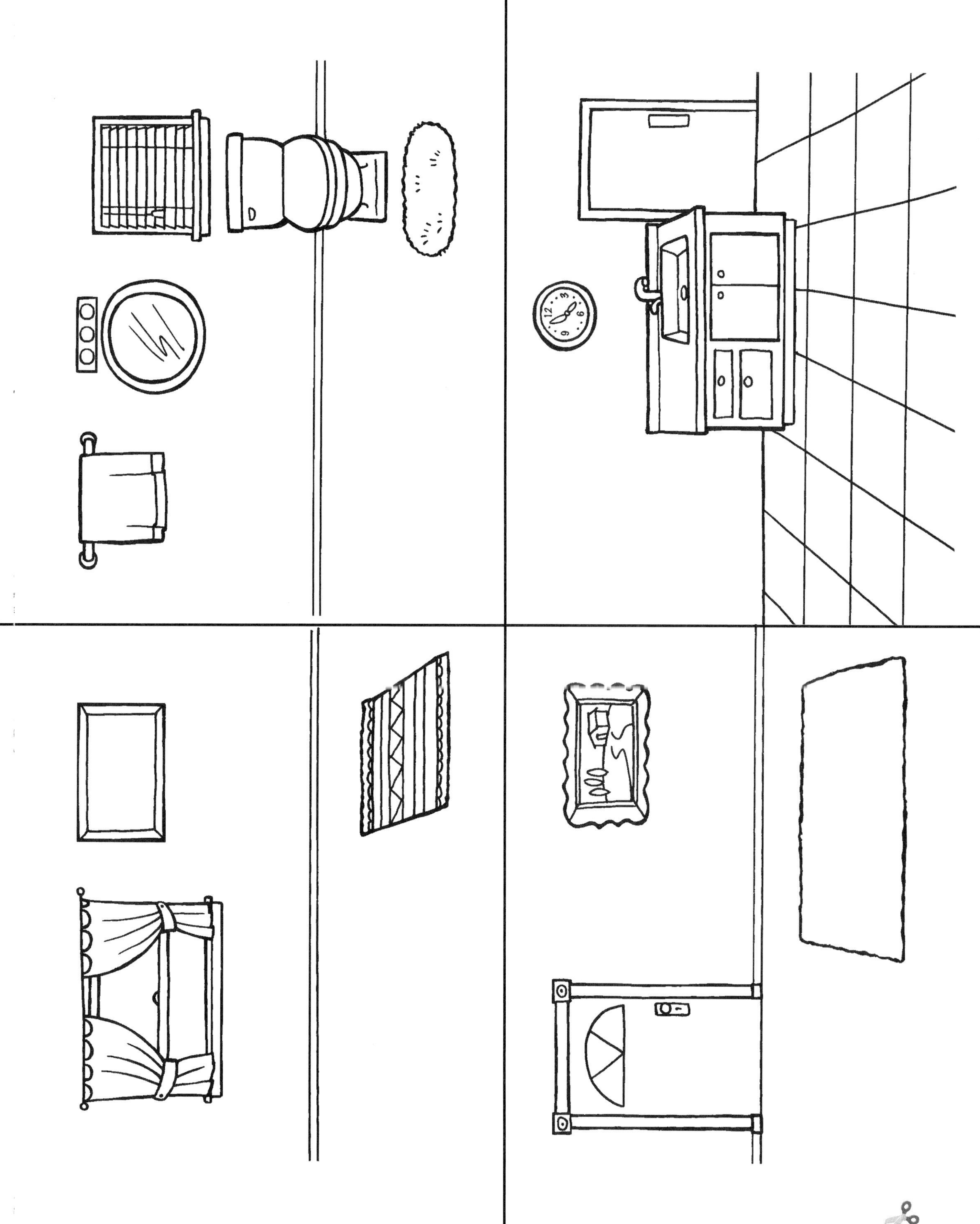

Activity Master 13

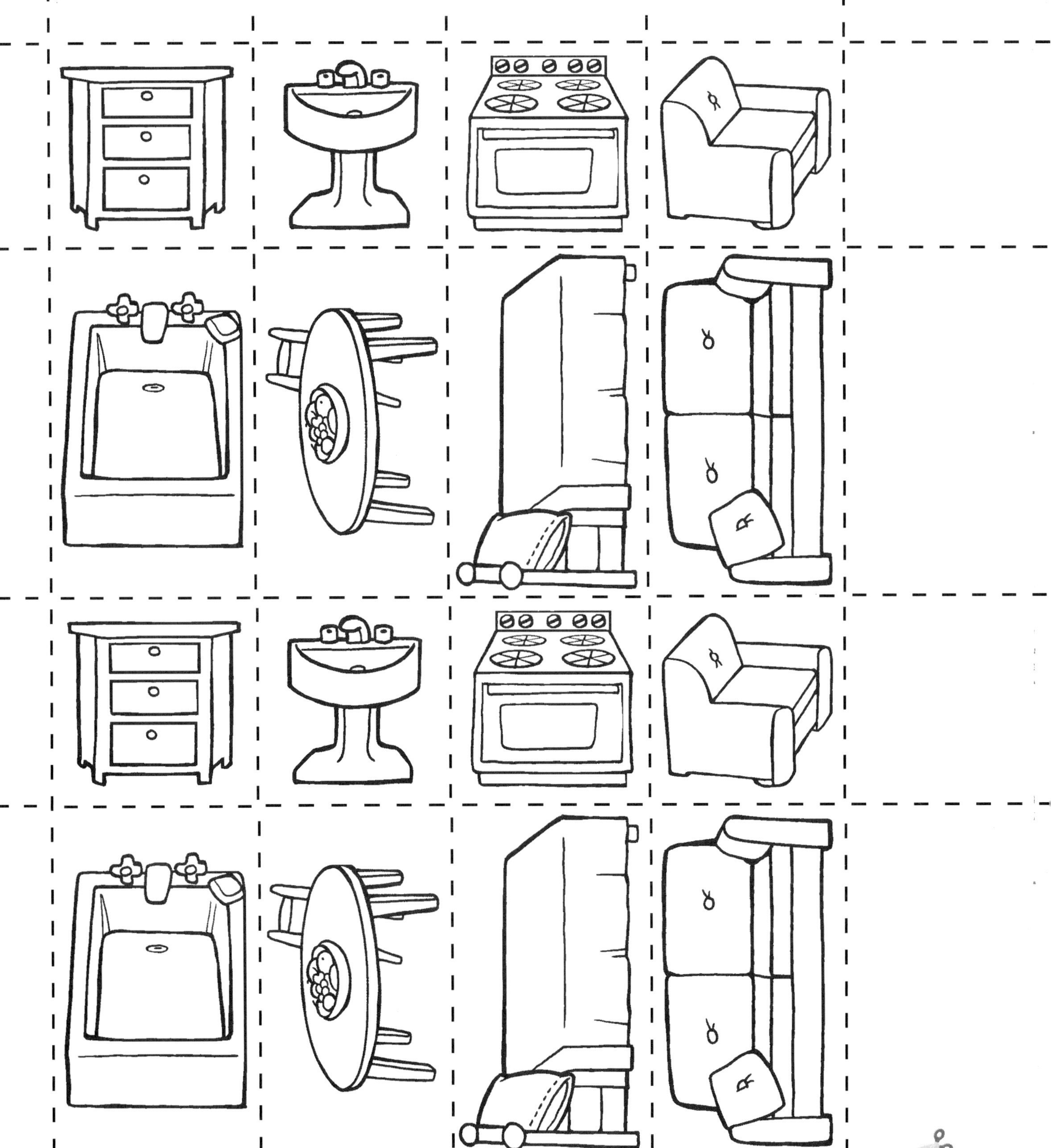

For use with Science Center, TE page T107; T118–T119; T124; T220–T221

fold
fold
fold
fold
fold
fold

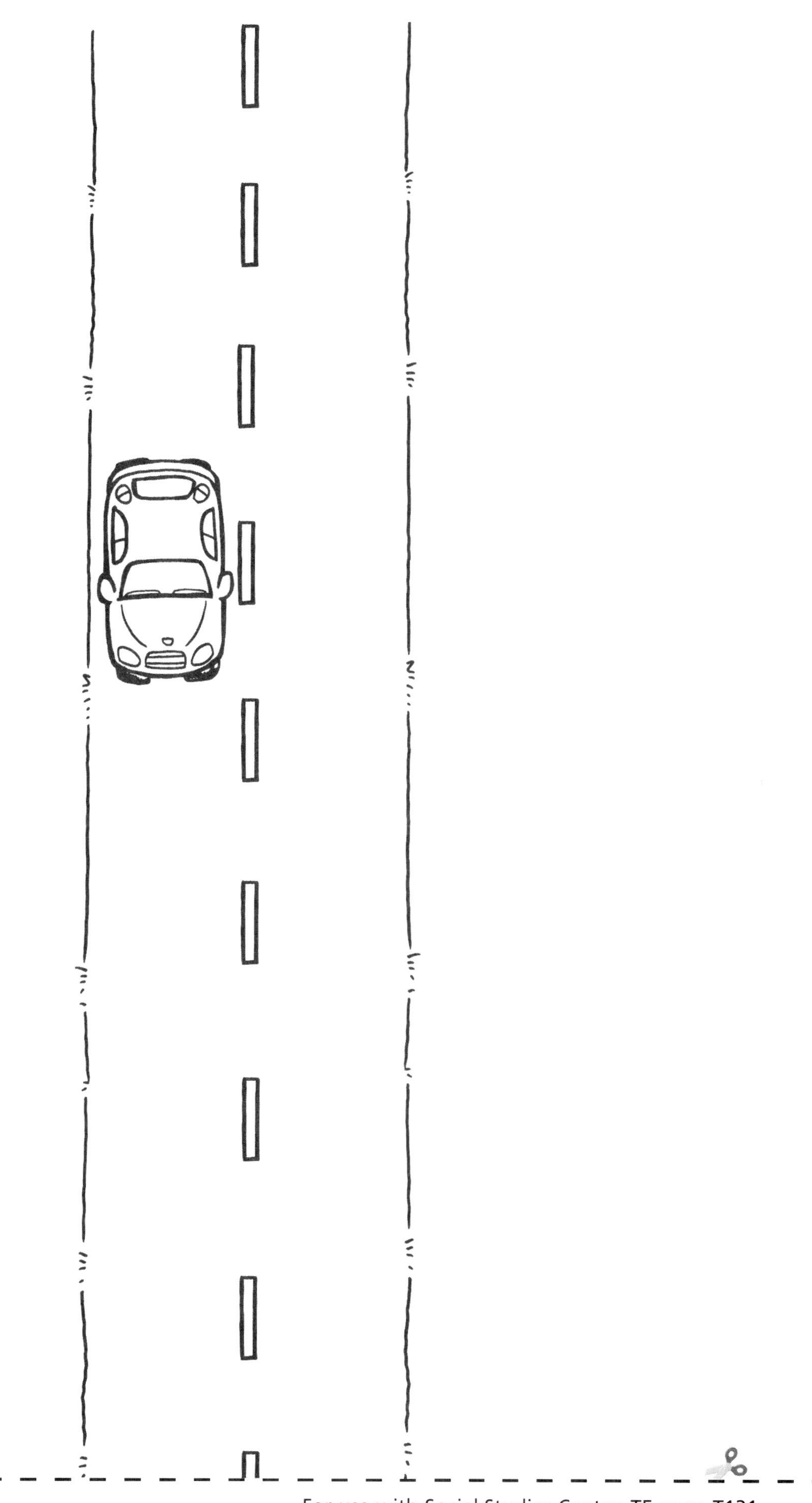

SCHOOL
MARKET
HOSPITAL
Post Office
DENTIST
LIBRARY
Restaurant

TOWN SHOPPING
ENTRANCE
MALL
SALE
FASHION
BOOKS

CITY HALL

HOSPITAL

CITY MARKET
FRUIT
99¢

BAKERY

SCHOOL

FLOWER SHOP

Cafe

POLICE STATION

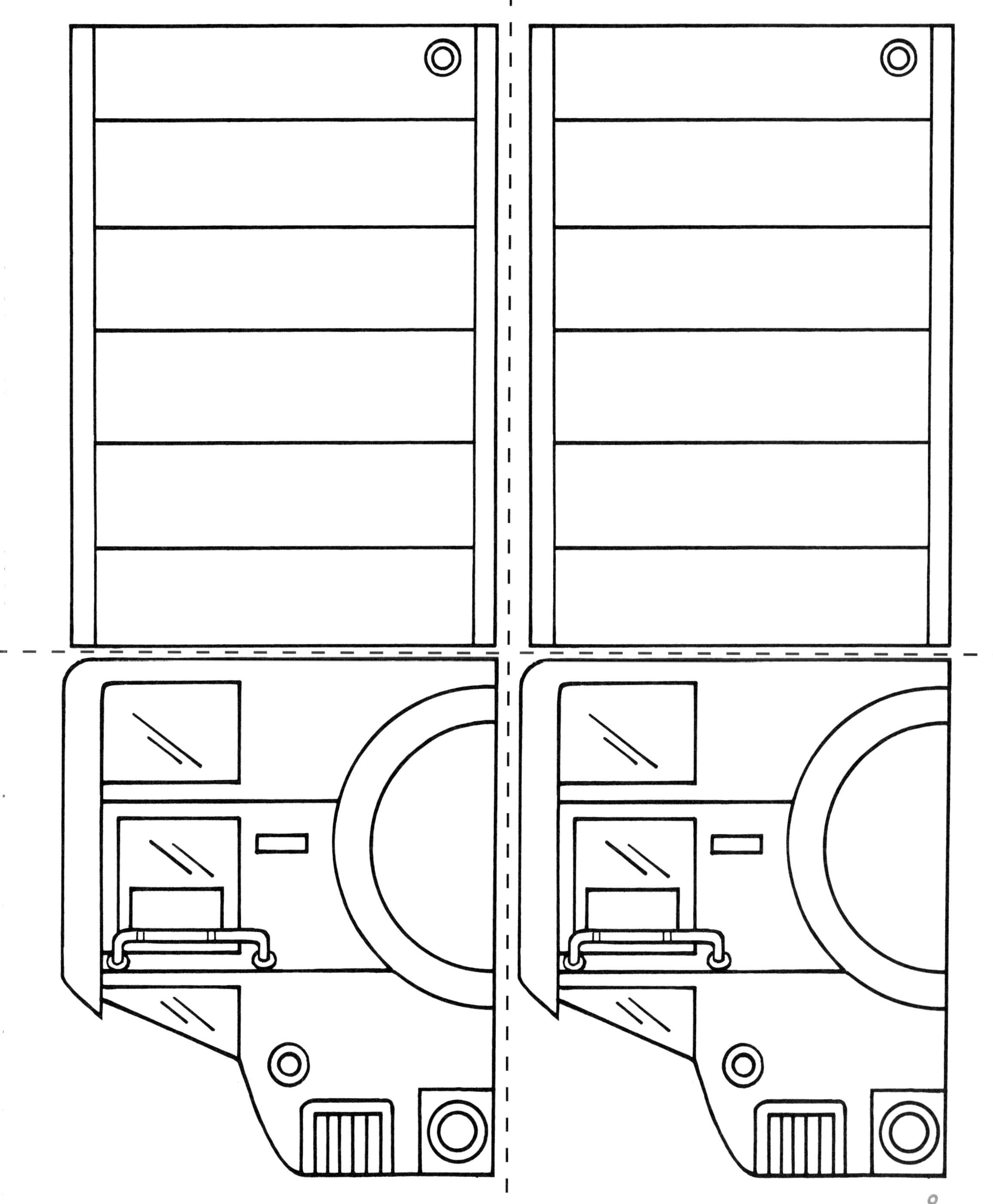

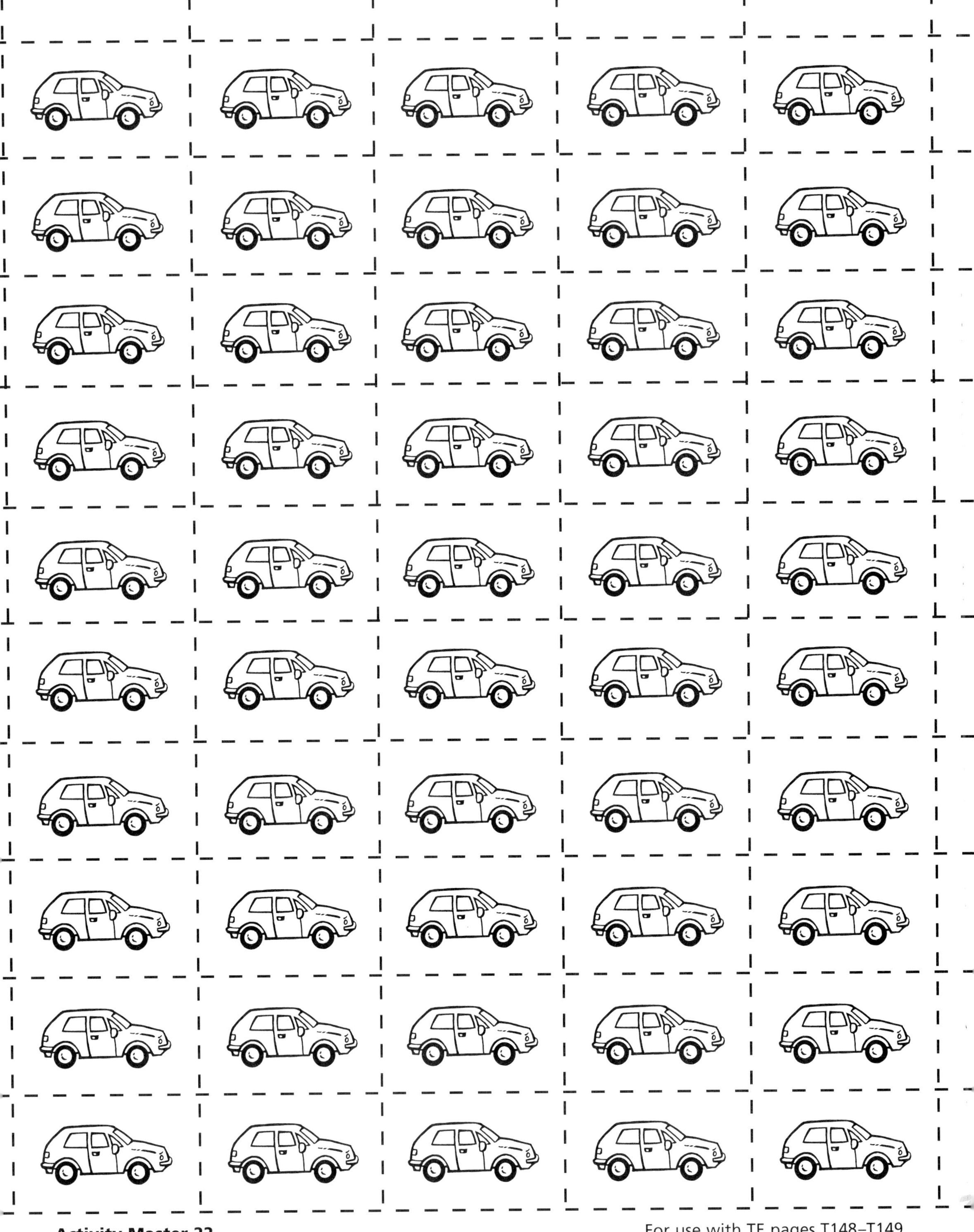

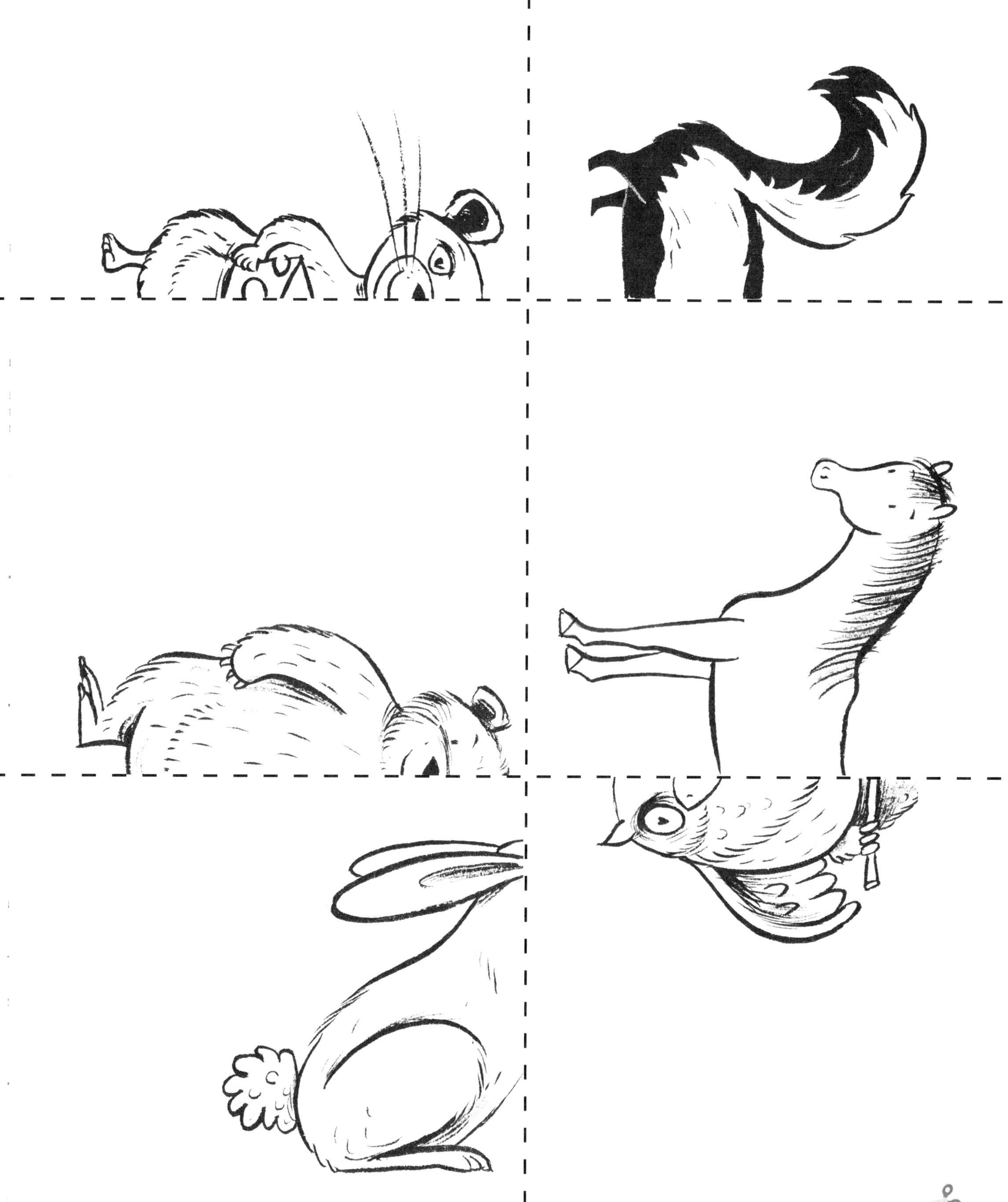

fold

fold

fold

fold

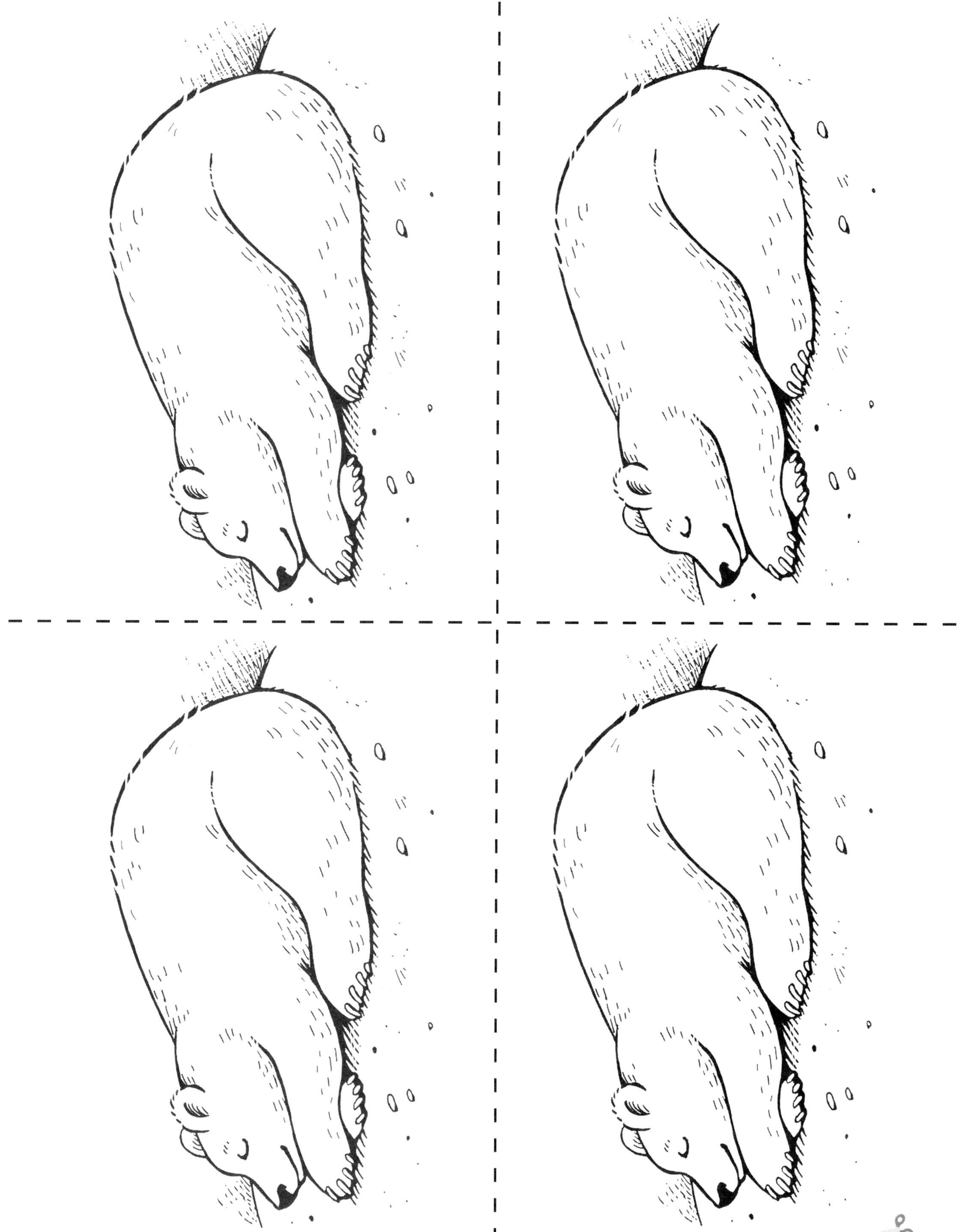

DIRECTIONS: Fold on the solid line. Then cut along the dotted lines. Unfold to show the window.

Sunny

Rainy

Snowy

Cloudy

Hot

Cold

For use with Science Center, TE page T183; T196–T197

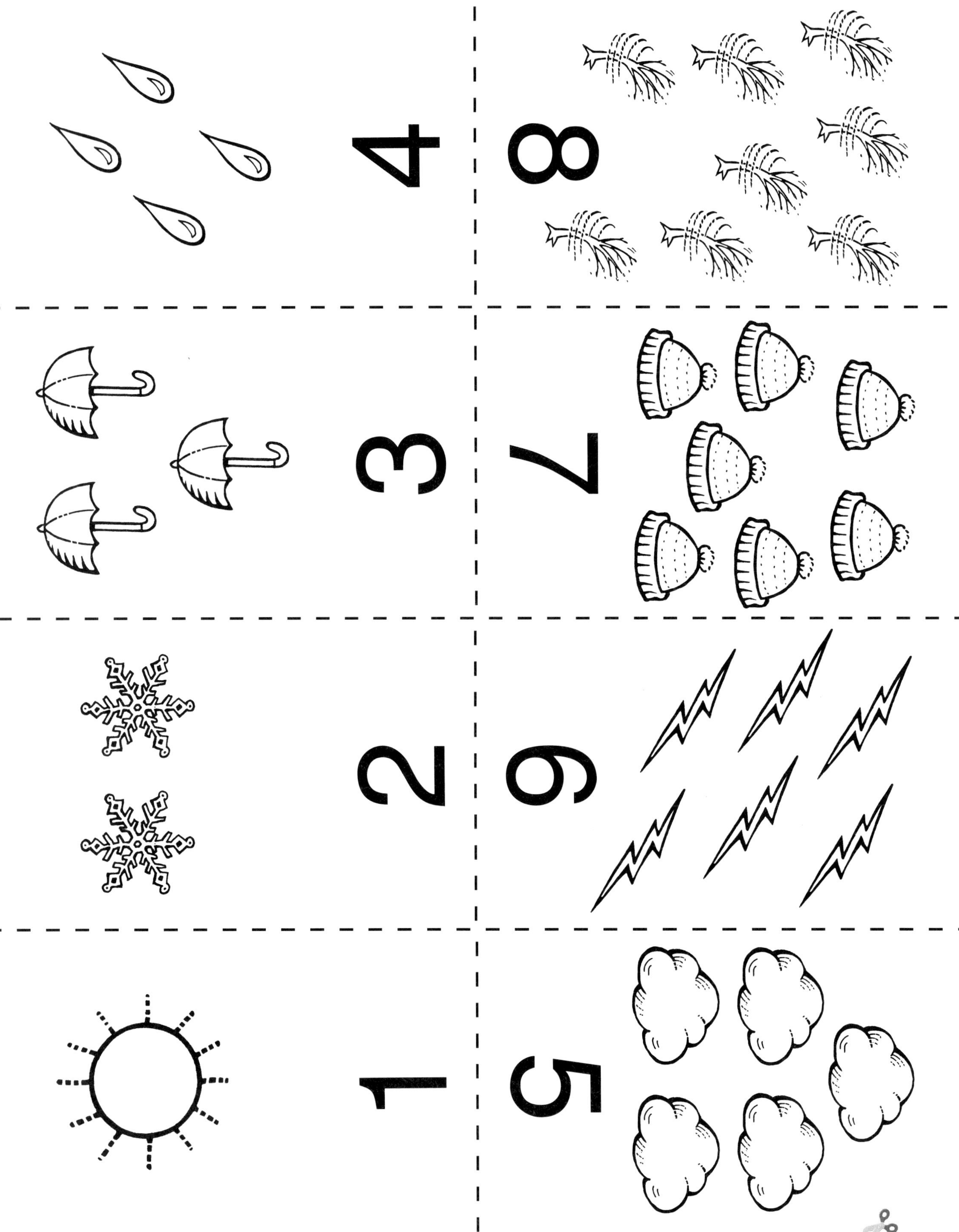
4
8
3
7
2
6
1
5

Activity Master 37

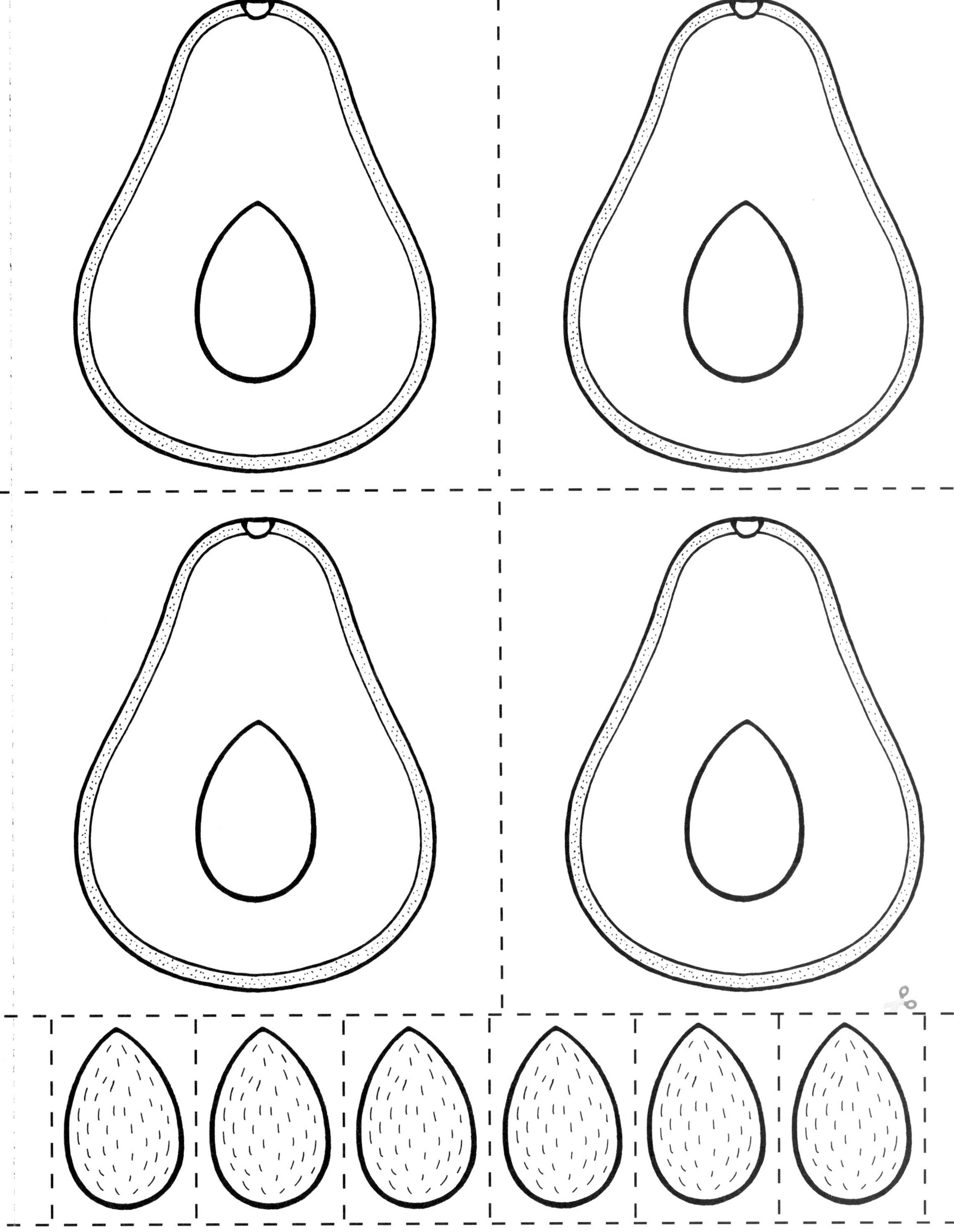

Activity Master 39

For use with Math Center, TE page T232

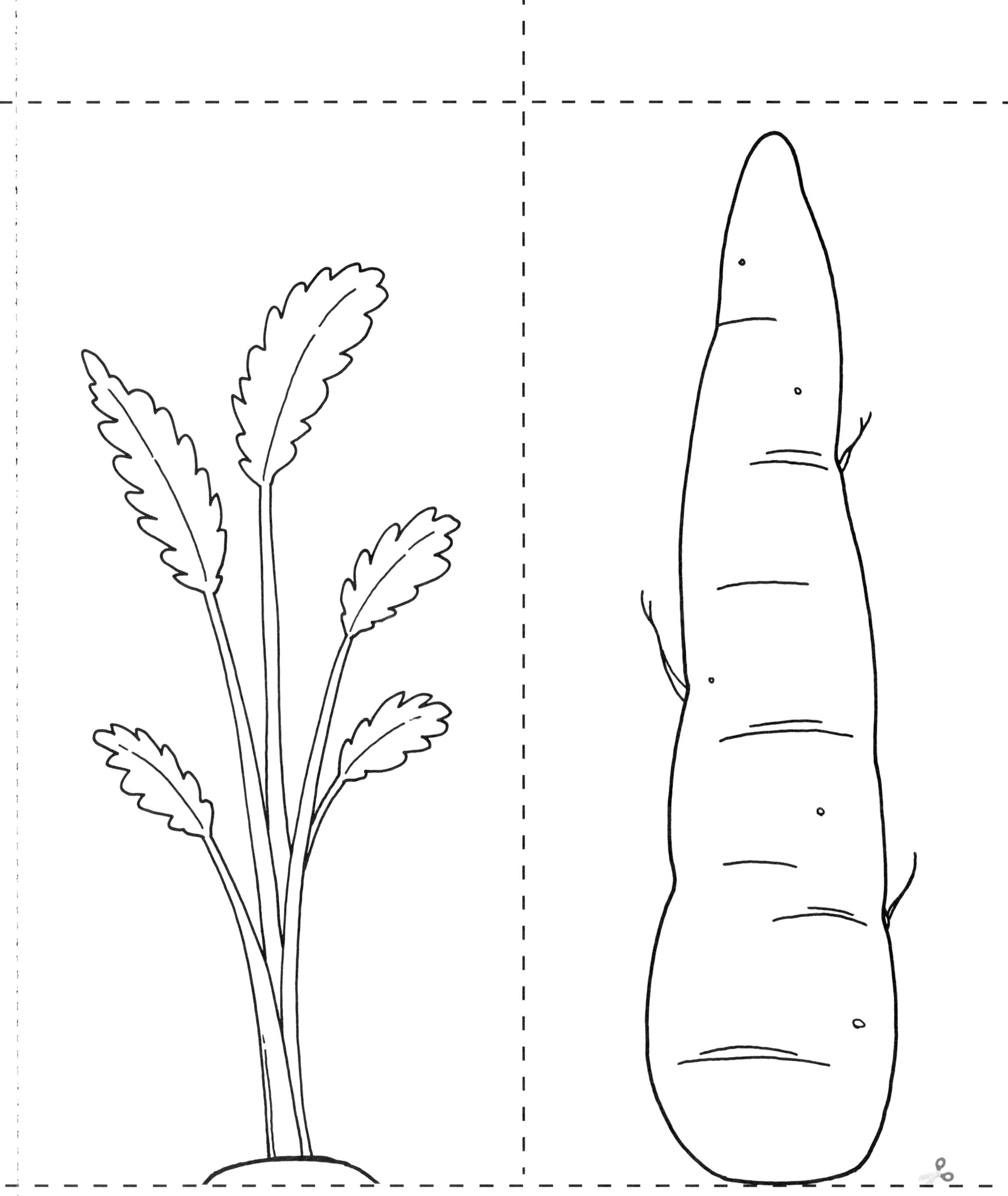

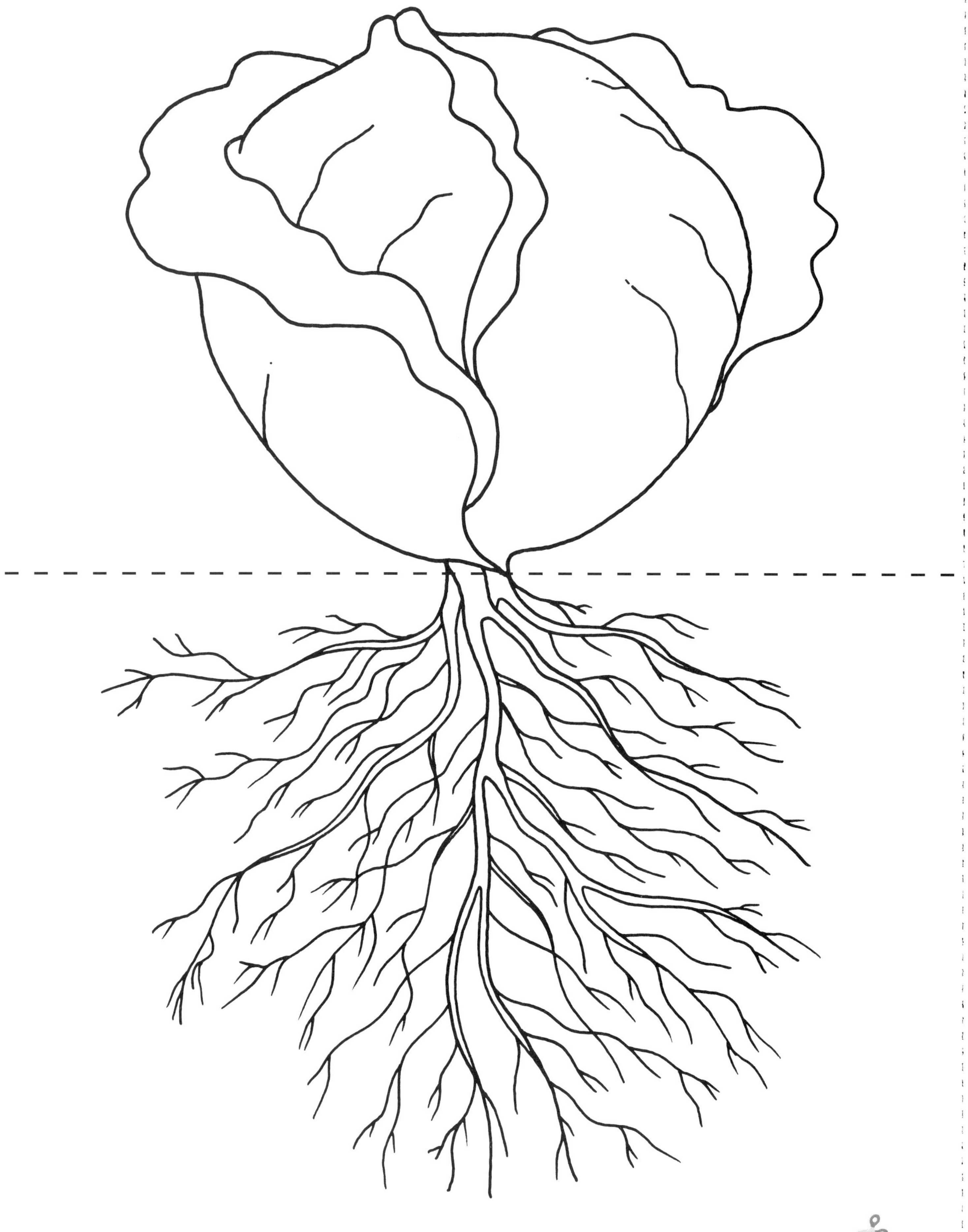

Avenues NEWSLETTER

UNIT 1 Just Me!

Family Scrapbook

In this unit, we are learning about what makes our own families special.

1. Talk with your child about what he or she likes best about your family.
2. Have your child collect pictures or items about your family or family activities.
3. Help your child create a Family Scrapbook that can be shared with the class.

Avenues NEWSLETTER

UNIT 1 Just Me!

Family Scrapbook

In this unit, we are learning about what makes our own families special.

1. Talk with your child about what he or she likes best about your family.
2. Have your child collect pictures or items about your family or family activities.
3. Help your child create a Family Scrapbook that can be shared with the class.

Avenues NEWSLETTER

UNIT 1 Just Me!

Family Scrapbook

In this unit, we are learning about what makes our own families special.

1. Talk with your child about what he or she likes best about your family.
2. Have your child collect pictures or items about your family or family activities.
3. Help your child create a Family Scrapbook that can be shared with the class.

Avenues NEWSLETTER

UNIT 1 Just Me!

Family Scrapbook

In this unit, we are learning about what makes our own families special.

1. Talk with your child about what he or she likes best about your family.
2. Have your child collect pictures or items about your family or family activities.
3. Help your child create a Family Scrapbook that can be shared with the class.

BOLETÍN Avenues

UNIDAD 1 — Yo solito

Álbum de familia

En esta unidad, estamos aprendiendo sobre las cosas que hacen que nuestra familia sea una familia especial.

1. Hablen con su niño o niña sobre lo que más le gusta a él o a ella de su familia.
2. Reúnan algunas fotos de familia o recuerdos de actividades familiares.
3. Ayuden a su niño o niña a crear un álbum de familia que pueda compartir con sus compañeros de clase.

BOLETÍN Avenues

UNIDAD 1 — Yo solito

Álbum de familia

En esta unidad, estamos aprendiendo sobre las cosas que hacen que nuestra familia sea una familia especial.

1. Hablen con su niño o niña sobre lo que más le gusta a él o a ella de su familia.
2. Reúnan algunas fotos de familia o recuerdos de actividades familiares.
3. Ayuden a su niño o niña a crear un álbum de familia que pueda compartir con sus compañeros de clase.

BOLETÍN Avenues

UNIDAD 1 — Yo solito

Álbum de familia

En esta unidad, estamos aprendiendo sobre las cosas que hacen que nuestra familia sea una familia especial.

1. Hablen con su niño o niña sobre lo que más le gusta a él o a ella de su familia.
2. Reúnan algunas fotos de familia o recuerdos de actividades familiares.
3. Ayuden a su niño o niña a crear un álbum de familia que pueda compartir con sus compañeros de clase.

BOLETÍN Avenues

UNIDAD 1 — Yo solito

Álbum de familia

En esta unidad, estamos aprendiendo sobre las cosas que hacen que nuestra familia sea una familia especial.

1. Hablen con su niño o niña sobre lo que más le gusta a él o a ella de su familia.
2. Reúnan algunas fotos de familia o recuerdos de actividades familiares.
3. Ayuden a su niño o niña a crear un álbum de familia que pueda compartir con sus compañeros de clase.

TIN THƯ Avenues

TÍN CHỈ 1 — Chỉ Có Mình Em!

Cuốn Sổ Cắt Dán Của Gia Đình

Trong tín chỉ này, chúng ta học về những gì làm cho gia đình riêng của chúng ta trở nên đặc biệt.

1. Nói với con em của quý vị về những gì mà em thích nhất về gia đình của quý vị.
2. Bảo con em của quý vị tìm những hình ảnh hay đồ vật liên quan đến gia đình hay những sinh hoạt của gia đình quý vị.
3. Giúp con em của quý vị làm một Cuốn Sổ Cắt Dán Của Gia Đình để em mang vào chia sẽ với lớp học.

TIN THƯ Avenues

TÍN CHỈ 1 — Chỉ Có Mình Em!

Cuốn Sổ Cắt Dán Của Gia Đình

Trong tín chỉ này, chúng ta học về những gì làm cho gia đình riêng của chúng ta trở nên đặc biệt.

1. Nói với con em của quý vị về những gì mà em thích nhất về gia đình của quý vị.
2. Bảo con em của quý vị tìm những hình ảnh hay đồ vật liên quan đến gia đình hay những sinh hoạt của gia đình quý vị.
3. Giúp con em của quý vị làm một Cuốn Sổ Cắt Dán Của Gia Đình để em mang vào chia sẽ với lớp học.

TIN THƯ Avenues

TÍN CHỈ 1 — Chỉ Có Mình Em!

Cuốn Sổ Cắt Dán Của Gia Đình

Trong tín chỉ này, chúng ta học về những gì làm cho gia đình riêng của chúng ta trở nên đặc biệt.

1. Nói với con em của quý vị về những gì mà em thích nhất về gia đình của quý vị.
2. Bảo con em của quý vị tìm những hình ảnh hay đồ vật liên quan đến gia đình hay những sinh hoạt của gia đình quý vị.
3. Giúp con em của quý vị làm một Cuốn Sổ Cắt Dán Của Gia Đình để em mang vào chia sẽ với lớp học.

TIN THƯ Avenues

TÍN CHỈ 1 — Chỉ Có Mình Em!

Cuốn Sổ Cắt Dán Của Gia Đình

Trong tín chỉ này, chúng ta học về những gì làm cho gia đình riêng của chúng ta trở nên đặc biệt.

1. Nói với con em của quý vị về những gì mà em thích nhất về gia đình của quý vị.
2. Bảo con em của quý vị tìm những hình ảnh hay đồ vật liên quan đến gia đình hay những sinh hoạt của gia đình quý vị.
3. Giúp con em của quý vị làm một Cuốn Sổ Cắt Dán Của Gia Đình để em mang vào chia sẽ với lớp học.

Avenues 教育通讯

第一单元　　温馨我家!

家庭留念册

我们将在这一单元学习每个家庭的独特之处。

1. 与你的孩子讨论在你们这个家里他们最喜欢的是什麽。
2. 让孩子们收集有关你们家庭或家庭活动的照片或物品。
3. 帮助你的孩子做一本可以拿到课堂去共享的家庭留念册。

Avenues 教育通讯

第一单元　　温馨我家!

家庭留念册

我们将在这一单元学习每个家庭的独特之处。

1. 与你的孩子讨论在你们这个家里他们最喜欢的是什麽。
2. 让孩子们收集有关你们家庭或家庭活动的照片或物品。
3. 帮助你的孩子做一本可以拿到课堂去共享的家庭留念册。

Avenues 教育通讯

第一单元　　温馨我家!

家庭留念册

我们将在这一单元学习每个家庭的独特之处。

1. 与你的孩子讨论在你们这个家里他们最喜欢的是什麽。
2. 让孩子们收集有关你们家庭或家庭活动的照片或物品。
3. 帮助你的孩子做一本可以拿到课堂去共享的家庭留念册。

Avenues 教育通讯

第一单元　　温馨我家!

家庭留念册

我们将在这一单元学习每个家庭的独特之处。

1. 与你的孩子讨论在你们这个家里他们最喜欢的是什麽。
2. 让孩子们收集有关你们家庭或家庭活动的照片或物品。
3. 帮助你的孩子做一本可以拿到课堂去共享的家庭留念册。

Avenues 뉴스레터

유닛 1 나!

패밀리 스크랩북

이 유닛에서는 우리 가족이 다른 가족과 어떻게 다른지를 배웁니다.

1. 자녀에게 우리 가족의 어떤 점을 가장 좋아하는지 함께 얘기를 나누세요.
2. 가족들 사진이나 물건들을 자녀에게 모으라고 시키세요.
3. 클래스에서 보여줄 수 있는 패밀리 스크랩북을 만드는데 도와주세요.

Avenues 뉴스레터

유닛 1 나!

패밀리 스크랩북

이 유닛에서는 우리 가족이 다른 가족과 어떻게 다른지를 배웁니다.

1. 자녀에게 우리 가족의 어떤 점을 가장 좋아하는지 함께 얘기를 나누세요.
2. 가족들 사진이나 물건들을 자녀에게 모으라고 시키세요.
3. 클래스에서 보여줄 수 있는 패밀리 스크랩북을 만드는데 도와주세요.

Avenues 뉴스레터

유닛 1 나!

패밀리 스크랩북

이 유닛에서는 우리 가족이 다른 가족과 어떻게 다른지를 배웁니다.

1. 자녀에게 우리 가족의 어떤 점을 가장 좋아하는지 함께 얘기를 나누세요.
2. 가족들 사진이나 물건들을 자녀에게 모으라고 시키세요.
3. 클래스에서 보여줄 수 있는 패밀리 스크랩북을 만드는데 도와주세요.

Avenues 뉴스레터

유닛 1 나!

패밀리 스크랩북

이 유닛에서는 우리 가족이 다른 가족과 어떻게 다른지를 배웁니다.

1. 자녀에게 우리 가족의 어떤 점을 가장 좋아하는지 함께 얘기를 나누세요.
2. 가족들 사진이나 물건들을 자녀에게 모으라고 시키세요.
3. 클래스에서 보여줄 수 있는 패밀리 스크랩북을 만드는데 도와주세요.

Avenues TSAB XOVXWM

TSHOOJNTAWV 1 — Yog Kuv Xwb!

Tsevneeg Phau Ntawv Rau Duab Rau Ntawv Rau

Nyob tshooj ntawv no, peb kawm txog tias dab tsi ua rau peb tsevneeg zoo tshaj rau peb.

1. Nrog koj tus menyuam tham txog tias dab tsi ua rau nws nyiam tshaj plaws txog koj tsev neeg.
2. Hais kom koj tus menyuam nrhiav cov duab, los sis cov khoom txog koj tsevneeg los sis tej ub tej no tsevneeg coj los cia tau siv tso rau hauv phau ntawv.
3. Pab koj tus menyuam ua Tsevneeg Phau Ntawv Rau Duab Rau Ntawv, es coj tuaj piav rau nws chav tsev kawmntawv.

Avenues TSAB XOVXWM

TSHOOJNTAWV 1 — Yog Kuv Xwb!

Tsevneeg Phau Ntawv Rau Duab Rau Ntawv Rau

Nyob tshooj ntawv no, peb kawm txog tias dab tsi ua rau peb tsevneeg zoo tshaj rau peb.

1. Nrog koj tus menyuam tham txog tias dab tsi ua rau nws nyiam tshaj plaws txog koj tsev neeg.
2. Hais kom koj tus menyuam nrhiav cov duab, los sis cov khoom txog koj tsevneeg los sis tej ub tej no tsevneeg coj los cia tau siv tso rau hauv phau ntawv.
3. Pab koj tus menyuam ua Tsevneeg Phau Ntawv Rau Duab Rau Ntawv, es coj tuaj piav rau nws chav tsev kawmntawv.

Avenues TSAB XOVXWM

TSHOOJNTAWV 1 — Yog Kuv Xwb!

Tsevneeg Phau Ntawv Rau Duab Rau Ntawv Rau

Nyob tshooj ntawv no, peb kawm txog tias dab tsi ua rau peb tsevneeg zoo tshaj rau peb.

1. Nrog koj tus menyuam tham txog tias dab tsi ua rau nws nyiam tshaj plaws txog koj tsev neeg.
2. Hais kom koj tus menyuam nrhiav cov duab, los sis cov khoom txog koj tsevneeg los sis tej ub tej no tsevneeg coj los cia tau siv tso rau hauv phau ntawv.
3. Pab koj tus menyuam ua Tsevneeg Phau Ntawv Rau Duab Rau Ntawv, es coj tuaj piav rau nws chav tsev kawmntawv.

Avenues TSAB XOVXWM

TSHOOJNTAWV 1 — Yog Kuv Xwb!

Tsevneeg Phau Ntawv Rau Duab Rau Ntawv Rau

Nyob tshooj ntawv no, peb kawm txog tias dab tsi ua rau peb tsevneeg zoo tshaj rau peb.

1. Nrog koj tus menyuam tham txog tias dab tsi ua rau nws nyiam tshaj plaws txog koj tsev neeg.
2. Hais kom koj tus menyuam nrhiav cov duab, los sis cov khoom txog koj tsevneeg los sis tej ub tej no tsevneeg coj los cia tau siv tso rau hauv phau ntawv.
3. Pab koj tus menyuam ua Tsevneeg Phau Ntawv Rau Duab Rau Ntawv, es coj tuaj piav rau nws chav tsev kawmntawv.

BILTEN Avenues

Se mwen menm!

PREMYÈ LESON

Albòm Fanmi

Nan leson sa-a, nou pral aprann sak fè fanmi pa nou espesyal.

1. Pale ak pitit ou sou sa li pi renmen de fanmi w-lan.
2. Mande pitit ou pou li chache foto oswa souvni fanmiw-lan oswa aktivite fanmi-an.
3. Ede pitit ou fè yon Albòm Fanmi li kapab pote montre lòt ti kanmarad lekòlla.

BILTEN Avenues

Se mwen menm!

PREMYÈ LESON

Albòm Fanmi

Nan leson sa-a, nou pral aprann sak fè fanmi pa nou espesyal.

1. Pale ak pitit ou sou sa li pi renmen de fanmi w-lan.
2. Mande pitit ou pou li chache foto oswa souvni fanmiw-lan oswa aktivite fanmi-an.
3. Ede pitit ou fè yon Albòm Fanmi li kapab pote montre lòt ti kanmarad lekòlla.

BILTEN Avenues

Se mwen menm!

PREMYÈ LESON

Albòm Fanmi

Nan leson sa-a, nou pral aprann sak fè fanmi pa nou espesyal.

1. Pale ak pitit ou sou sa li pi renmen de fanmi w-lan.
2. Mande pitit ou pou li chache foto oswa souvni fanmiw-lan oswa aktivite fanmi-an.
3. Ede pitit ou fè yon Albòm Fanmi li kapab pote montre lòt ti kanmarad lekòlla.

BILTEN Avenues

Se mwen menm!

PREMYÈ LESON

Albòm Fanmi

Nan leson sa-a, nou pral aprann sak fè fanmi pa nou espesyal.

1. Pale ak pitit ou sou sa li pi renmen de fanmi w-lan.
2. Mande pitit ou pou li chache foto oswa souvni fanmiw-lan oswa aktivite fanmi-an.
3. Ede pitit ou fè yon Albòm Fanmi li kapab pote montre lòt ti kanmarad lekòlla.

UNIT 2

Avenues NEWSLETTER

Red, Blue, Hat, Shoe

Children's Clothes

In this unit, we are learning about clothing and colors.

1. Talk with your child about what kind of clothing you wore when you were a child.
2. Help your child draw a picture of some of the clothes, adding color with crayons or markers.
3. Remind your child to bring the picture to class.

UNIT 2

Avenues NEWSLETTER

Red, Blue, Hat, Shoe

Children's Clothes

In this unit, we are learning about clothing and colors.

1. Talk with your child about what kind of clothing you wore when you were a child.
2. Help your child draw a picture of some of the clothes, adding color with crayons or markers.
3. Remind your child to bring the picture to class.

UNIT 2

Avenues NEWSLETTER

Red, Blue, Hat, Shoe

Children's Clothes

In this unit, we are learning about clothing and colors.

1. Talk with your child about what kind of clothing you wore when you were a child.
2. Help your child draw a picture of some of the clothes, adding color with crayons or markers.
3. Remind your child to bring the picture to class.

UNIT 2

Avenues NEWSLETTER

Red, Blue, Hat, Shoe

Children's Clothes

In this unit, we are learning about clothing and colors.

1. Talk with your child about what kind of clothing you wore when you were a child.
2. Help your child draw a picture of some of the clothes, adding color with crayons or markers.
3. Remind your child to bring the picture to class.

BOLETÍN Avenues

UNIDAD 2 **Verde, marrón, camisa, pantalón**

Ropas de niños

En esta unidad, estamos aprendiendo sobre las ropas y los colores.

1. Hablen con su niño o niña acerca del tipo de ropas que se usaban cuando ustedes eran niños.
2. Ayuden a su niño o niña a dibujar algunas de las ropas, coloreándolas con lápices de colores.
3. Recuérdenle que debe traer los dibujos a clase.

BOLETÍN Avenues

UNIDAD 2 Verde, marrón, camisa, pantalón

Ropas de niños

En esta unidad, estamos aprendiendo sobre las ropas y los colores.

1. Hablen con su niño o niña acerca del tipo de ropas que se usaban cuando ustedes eran niños.
2. Ayuden a su niño o niña a dibujar algunas de las ropas, coloreándolas con lápices de colores.
3. Recuérdenle que debe traer los dibujos a clase.

BOLETÍN Avenues

UNIDAD 2 Verde, marrón, camisa, pantalón

Ropas de niños

En esta unidad, estamos aprendiendo sobre las ropas y los colores.

1. Hablen con su niño o niña acerca del tipo de ropas que se usaban cuando ustedes eran niños.
2. Ayuden a su niño o niña a dibujar algunas de las ropas, coloreándolas con lápices de colores.
3. Recuérdenle que debe traer los dibujos a clase.

BOLETÍN Avenues

UNIDAD 2 Verde, marrón, camisa, pantalón

Ropas de niños

En esta unidad, estamos aprendiendo sobre las ropas y los colores.

1. Hablen con su niño o niña acerca del tipo de ropas que se usaban cuando ustedes eran niños.
2. Ayuden a su niño o niña a dibujar algunas de las ropas, coloreándolas con lápices de colores.
3. Recuérdenle que debe traer los dibujos a clase.

TIN THƯ Avenues

TÍN CHỈ 2 — Đỏ, Xanh, Mũ, Giày

Quần Áo Trẻ Em

Trong tín chỉ này, chúng ta học về quần áo và màu sắc.

1. Nói với con em của quý vị về loại quần áo nào quý vị đã mặc khi quý vị còn bé.
2. Giúp con em của quý vị vẽ một tấm hình về quần áo, tô màu bằng bút chì sáp hay bút nét lớn.
3. Nhắc con em của quý vị mang tấm hình này vào lớp học.

TIN THƯ Avenues

TÍN CHỈ 2 — Đỏ, Xanh, Mũ, Giày

Quần Áo Trẻ Em

Trong tín chỉ này, chúng ta học về quần áo và màu sắc.

1. Nói với con em của quý vị về loại quần áo nào quý vị đã mặc khi quý vị còn bé.
2. Giúp con em của quý vị vẽ một tấm hình về quần áo, tô màu bằng bút chì sáp hay bút nét lớn.
3. Nhắc con em của quý vị mang tấm hình này vào lớp học.

TIN THƯ Avenues

TÍN CHỈ 2 — Đỏ, Xanh, Mũ, Giày

Quần Áo Trẻ Em

Trong tín chỉ này, chúng ta học về quần áo và màu sắc.

1. Nói với con em của quý vị về loại quần áo nào quý vị đã mặc khi quý vị còn bé.
2. Giúp con em của quý vị vẽ một tấm hình về quần áo, tô màu bằng bút chì sáp hay bút nét lớn.
3. Nhắc con em của quý vị mang tấm hình này vào lớp học.

TIN THƯ Avenues

TÍN CHỈ 2 — Đỏ, Xanh, Mũ, Giày

Quần Áo Trẻ Em

Trong tín chỉ này, chúng ta học về quần áo và màu sắc.

1. Nói với con em của quý vị về loại quần áo nào quý vị đã mặc khi quý vị còn bé.
2. Giúp con em của quý vị vẽ một tấm hình về quần áo, tô màu bằng bút chì sáp hay bút nét lớn.
3. Nhắc con em của quý vị mang tấm hình này vào lớp học.

红蓝鞋帽

Avenues 教育通讯

第二单元

孩子们的服装

我们将在这一单元里学习服装和色彩。

1. 给孩子们讲讲当年你儿时穿的服装。
2. 与你的孩子一起画出这些服装的样式， 再用彩笔涂上颜色。
3. 提醒孩子把这些服装稿带到课堂上去。

红蓝鞋帽

Avenues 教育通讯

第二单元

孩子们的服装

我们将在这一单元里学习服装和色彩。

1. 给孩子们讲讲当年你儿时穿的服装。
2. 与你的孩子一起画出这些服装的样式， 再用彩笔涂上颜色。
3. 提醒孩子把这些服装稿带到课堂上去。

红蓝鞋帽

Avenues 教育通讯

第二单元

孩子们的服装

我们将在这一单元里学习服装和色彩。

1. 给孩子们讲讲当年你儿时穿的服装。
2. 与你的孩子一起画出这些服装的样式， 再用彩笔涂上颜色。
3. 提醒孩子把这些服装稿带到课堂上去。

红蓝鞋帽

Avenues 教育通讯

第二单元

孩子们的服装

我们将在这一单元里学习服装和色彩。

1. 给孩子们讲讲当年你儿时穿的服装。
2. 与你的孩子一起画出这些服装的样式， 再用彩笔涂上颜色。
3. 提醒孩子把这些服装稿带到课堂上去。

Avenues 뉴스레터

유닛 2 | 빨강, 파랑, 모자, 신발

어린이들의 옷

이 유닛에서 우리는 옷과 색깔에 대하여 배웁니다.

1. 부모가 어린이였을 때 어떤 옷을 입었는지 자녀와 얘기를 나누세요.
2. 그런 옷들을 그림으로 그리고 크레용이나 마커로 색깔을 넣도록 도와 주세요.
3. 그 그림들을 클래스에 갖고 가도록 상기시켜 주세요.

Avenues 뉴스레터

유닛 2 | 빨강, 파랑, 모자, 신발

어린이들의 옷

이 유닛에서 우리는 옷과 색깔에 대하여 배웁니다.

1. 부모가 어린이였을 때 어떤 옷을 입었는지 자녀와 얘기를 나누세요.
2. 그런 옷들을 그림으로 그리고 크레용이나 마커로 색깔을 넣도록 도와 주세요.
3. 그 그림들을 클래스에 갖고 가도록 상기시켜 주세요.

Avenues 뉴스레터

유닛 2 | 빨강, 파랑, 모자, 신발

어린이들의 옷

이 유닛에서 우리는 옷과 색깔에 대하여 배웁니다.

1. 부모가 어린이였을 때 어떤 옷을 입었는지 자녀와 얘기를 나누세요.
2. 그런 옷들을 그림으로 그리고 크레용이나 마커로 색깔을 넣도록 도와 주세요.
3. 그 그림들을 클래스에 갖고 가도록 상기시켜 주세요.

Avenues 뉴스레터

유닛 2 | 빨강, 파랑, 모자, 신발

어린이들의 옷

이 유닛에서 우리는 옷과 색깔에 대하여 배웁니다.

1. 부모가 어린이였을 때 어떤 옷을 입었는지 자녀와 얘기를 나누세요.
2. 그런 옷들을 그림으로 그리고 크레용이나 마커로 색깔을 넣도록 도와 주세요.
3. 그 그림들을 클래스에 갖고 가도록 상기시켜 주세요.

Avenues Tsab Xovxwm

TSHOOJNTAWV 2 — Liab, Xiav, Kausmom, Khau

Menyuam Cov Khaubncaws

Nyob rau tshooj ntawv no, peb kawm txog tej khaubncaws thiab cov xim.

1. Nrog koj tus menyuam tham txog hom khaubncaws uas koj hnav thaum koj tseem yog menyuam yaus.
2. Pab koj tus menyuam kos ib daim duab txog ib co khaubncaws, es muab cov xaumxim crayons los sis xaumxim markers tha xim rau.
3. Nco ntsoov hais kom koj tus menyuam nqa daim duab tuaj tom nws chav tsev kawmntawv.

Avenues Tsab Xovxwm

TSHOOJNTAWV 2 — Liab, Xiav, Kausmom, Khau

Menyuam Cov Khaubncaws

Nyob rau tshooj ntawv no, peb kawm txog tej khaubncaws thiab cov xim.

1. Nrog koj tus menyuam tham txog hom khaubncaws uas koj hnav thaum koj tseem yog menyuam yaus.
2. Pab koj tus menyuam kos ib daim duab txog ib co khaubncaws, es muab cov xaumxim crayons los sis xaumxim markers tha xim rau.
3. Nco ntsoov hais kom koj tus menyuam nqa daim duab tuaj tom nws chav tsev kawmntawv.

Avenues Tsab Xovxwm

TSHOOJNTAWV 2 — Liab, Xiav, Kausmom, Khau

Menyuam Cov Khaubncaws

Nyob rau tshooj ntawv no, peb kawm txog tej khaubncaws thiab cov xim.

1. Nrog koj tus menyuam tham txog hom khaubncaws uas koj hnav thaum koj tseem yog menyuam yaus.
2. Pab koj tus menyuam kos ib daim duab txog ib co khaubncaws, es muab cov xaumxim crayons los sis xaumxim markers tha xim rau.
3. Nco ntsoov hais kom koj tus menyuam nqa daim duab tuaj tom nws chav tsev kawmntawv.

Avenues Tsab Xovxwm

TSHOOJNTAWV 2 — Liab, Xiav, Kausmom, Khau

Menyuam Cov Khaubncaws

Nyob rau tshooj ntawv no, peb kawm txog tej khaubncaws thiab cov xim.

1. Nrog koj tus menyuam tham txog hom khaubncaws uas koj hnav thaum koj tseem yog menyuam yaus.
2. Pab koj tus menyuam kos ib daim duab txog ib co khaubncaws, es muab cov xaumxim crayons los sis xaumxim markers tha xim rau.
3. Nco ntsoov hais kom koj tus menyuam nqa daim duab tuaj tom nws chav tsev kawmntawv.

Wouj, Ble, Shapo, Soulye

BILTEN Avenues

DEZYÈM LESON

Rad ti moun

Nan leson sa-a, nou pral aprann kichòy sou zafè rad ak koulè.

1. Pale ak pitit ou sou ki kalite rad ou te konn mete lè ou te timoun.
2. Ede pitit ou a fè yon desen an koulè de kèk rad sa-yo ak kreyon oswa makè.
3. Fè pitit ou a sonje pote desen-an nan klas-la.

Wouj, Ble, Shapo, Soulye

BILTEN Avenues

DEZYÈM LESON

Rad ti moun

Nan leson sa-a, nou pral aprann kichòy sou zafè rad ak koulè.

1. Pale ak pitit ou sou ki kalite rad ou te konn mete lè ou te timoun.
2. Ede pitit ou a fè yon desen an koulè de kèk rad sa-yo ak kreyon oswa makè.
3. Fè pitit ou a sonje pote desen-an nan klas-la.

Wouj, Ble, Shapo, Soulye

BILTEN Avenues

DEZYÈM LESON

Rad ti moun

Nan leson sa-a, nou pral aprann kichòy sou zafè rad ak koulè.

1. Pale ak pitit ou sou ki kalite rad ou te konn mete lè ou te timoun.
2. Ede pitit ou a fè yon desen an koulè de kèk rad sa-yo ak kreyon oswa makè.
3. Fè pitit ou a sonje pote desen-an nan klas-la.

Wouj, Ble, Shapo, Soulye

BILTEN Avenues

DEZYÈM LESON

Rad ti moun

Nan leson sa-a, nou pral aprann kichòy sou zafè rad ak koulè.

1. Pale ak pitit ou sou ki kalite rad ou te konn mete lè ou te timoun.
2. Ede pitit ou a fè yon desen an koulè de kèk rad sa-yo ak kreyon oswa makè.
3. Fè pitit ou a sonje pote desen-an nan klas-la.

Avenues NEWSLETTER

UNIT 3 I Spy

Our Sounds

In this unit, we are learning about the five senses, including hearing.

1. Talk with your child about music or songs you learned as a child.
2. Teach your child one of the songs.
3. Practice the song so that your child can share it with the class.

Avenues NEWSLETTER

UNIT 3 I Spy

Our Sounds

In this unit, we are learning about the five senses, including hearing.

1. Talk with your child about music or songs you learned as a child.
2. Teach your child one of the songs.
3. Practice the song so that your child can share it with the class.

Avenues NEWSLETTER

UNIT 3 I Spy

Our Sounds

In this unit, we are learning about the five senses, including hearing.

1. Talk with your child about music or songs you learned as a child.
2. Teach your child one of the songs.
3. Practice the song so that your child can share it with the class.

Avenues NEWSLETTER

UNIT 3 I Spy

Our Sounds

In this unit, we are learning about the five senses, including hearing.

1. Talk with your child about music or songs you learned as a child.
2. Teach your child one of the songs.
3. Practice the song so that your child can share it with the class.

UNIDAD 3 Veo, veo

BOLETÍN Avenues

Nuestro sonido

En esta unidad, estamos aprendiendo sobre los cinco sentidos, que incluyen, por supuesto, el oído.

1. Hablen con su niño o niña acerca de canciones que ustedes aprendieron cuando eran niños.
2. Enséñenle una de las canciones.
3. Practiquen la canción, de modo que su niño o niña pueda cantársela a la clase.

UNIDAD 3 Veo, veo

BOLETÍN Avenues

Nuestro sonido

En esta unidad, estamos aprendiendo sobre los cinco sentidos, que incluyen, por supuesto, el oído.

1. Hablen con su niño o niña acerca de canciones que ustedes aprendieron cuando eran niños.
2. Enséñenle una de las canciones.
3. Practiquen la canción, de modo que su niño o niña pueda cantársela a la clase.

UNIDAD 3 Veo, veo

BOLETÍN Avenues

Nuestro sonido

En esta unidad, estamos aprendiendo sobre los cinco sentidos, que incluyen, por supuesto, el oído.

1. Hablen con su niño o niña acerca de canciones que ustedes aprendieron cuando eran niños.
2. Enséñenle una de las canciones.
3. Practiquen la canción, de modo que su niño o niña pueda cantársela a la clase.

UNIDAD 3 Veo, veo

BOLETÍN Avenues

Nuestro sonido

En esta unidad, estamos aprendiendo sobre los cinco sentidos, que incluyen, por supuesto, el oído.

1. Hablen con su niño o niña acerca de canciones que ustedes aprendieron cuando eran niños.
2. Enséñenle una de las canciones.
3. Practiquen la canción, de modo que su niño o niña pueda cantársela a la clase.

TIN THƯ Avenues

TÍN CHỈ 3 — Tôi Bí Mật Theo Dõi

Âm Thanh Của Chúng Ta

Trong tín chỉ này, chúng ta học về năm loại giác quan, bao gồm thính giác.

1. Nói với con em của quý vị về âm nhạc hay những bài hát quý vị đã học được lúc còn bé.
2. Dạy cho con em của quý vị một trong những bài hát đó.
3. Tập cho con em của quý vị hát sao cho em có thể hát cho lớp học cùng nghe.

TIN THƯ Avenues

TÍN CHỈ 3 — Tôi Bí Mật Theo Dõi

Âm Thanh Của Chúng Ta

Trong tín chỉ này, chúng ta học về năm loại giác quan, bao gồm thính giác.

1. Nói với con em của quý vị về âm nhạc hay những bài hát quý vị đã học được lúc còn bé.
2. Dạy cho con em của quý vị một trong những bài hát đó.
3. Tập cho con em của quý vị hát sao cho em có thể hát cho lớp học cùng nghe.

TIN THƯ Avenues

TÍN CHỈ 3 — Tôi Bí Mật Theo Dõi

Âm Thanh Của Chúng Ta

Trong tín chỉ này, chúng ta học về năm loại giác quan, bao gồm thính giác.

1. Nói với con em của quý vị về âm nhạc hay những bài hát quý vị đã học được lúc còn bé.
2. Dạy cho con em của quý vị một trong những bài hát đó.
3. Tập cho con em của quý vị hát sao cho em có thể hát cho lớp học cùng nghe.

TIN THƯ Avenues

TÍN CHỈ 3 — Tôi Bí Mật Theo Dõi

Âm Thanh Của Chúng Ta

Trong tín chỉ này, chúng ta học về năm loại giác quan, bao gồm thính giác.

1. Nói với con em của quý vị về âm nhạc hay những bài hát quý vị đã học được lúc còn bé.
2. Dạy cho con em của quý vị một trong những bài hát đó.
3. Tập cho con em của quý vị hát sao cho em có thể hát cho lớp học cùng nghe.

Avenues 教育通讯

第三单元 堪当侦探!

我们的声音

我们将在这一单元学习包括听觉在内的五种感觉。

1. 与你的孩子分享你童年时听过的音乐或唱过的歌。
2. 教你的孩子唱唱那首歌。
3. 让你的孩子练好这首歌，在课堂上唱给老师和同学们听。

Avenues 教育通讯

第三单元 堪当侦探!

我们的声音

我们将在这一单元学习包括听觉在内的五种感觉。

1. 与你的孩子分享你童年时听过的音乐或唱过的歌。
2. 教你的孩子唱唱那首歌。
3. 让你的孩子练好这首歌，在课堂上唱给老师和同学们听。

Avenues 教育通讯

第三单元 堪当侦探!

我们的声音

我们将在这一单元学习包括听觉在内的五种感觉。

1. 与你的孩子分享你童年时听过的音乐或唱过的歌。
2. 教你的孩子唱唱那首歌。
3. 让你的孩子练好这首歌，在课堂上唱给老师和同学们听。

Avenues 教育通讯

第三单元 堪当侦探!

我们的声音

我们将在这一单元学习包括听觉在内的五种感觉。

1. 与你的孩子分享你童年时听过的音乐或唱过的歌。
2. 教你的孩子唱唱那首歌。
3. 让你的孩子练好这首歌，在课堂上唱给老师和同学们听。

Avenues 뉴스레터

유닛 3 느낌

소리

이 유닛에서 우리는 청각을 포함한 오감을 배웁니다.

1. 부모가 어린이였을 때 배운 음악이나 노래에 대하여 자녀와 얘기를 나누세요.
2. 그 중 하나를 자녀에게 가르쳐 주세요.
3. 클래스에서 발표할 수 있게 노래를 연습 시키세요.

Avenues 뉴스레터

유닛 3 느낌

소리

이 유닛에서 우리는 청각을 포함한 오감을 배웁니다.

1. 부모가 어린이였을 때 배운 음악이나 노래에 대하여 자녀와 얘기를 나누세요.
2. 그 중 하나를 자녀에게 가르쳐 주세요.
3. 클래스에서 발표할 수 있게 노래를 연습 시키세요.

Avenues 뉴스레터

유닛 3 느낌

소리

이 유닛에서 우리는 청각을 포함한 오감을 배웁니다.

1. 부모가 어린이였을 때 배운 음악이나 노래에 대하여 자녀와 얘기를 나누세요.
2. 그 중 하나를 자녀에게 가르쳐 주세요.
3. 클래스에서 발표할 수 있게 노래를 연습 시키세요.

Avenues 뉴스레터

유닛 3 느낌

소리

이 유닛에서 우리는 청각을 포함한 오감을 배웁니다.

1. 부모가 어린이였을 때 배운 음악이나 노래에 대하여 자녀와 얘기를 나누세요.
2. 그 중 하나를 자녀에게 가르쳐 주세요.
3. 클래스에서 발표할 수 있게 노래를 연습 시키세요.

Avenues TSAB XOVXWM

Kuv Nyiag Soj Nyiag Saib

TSHOOJNTAWV 3

Peb Cov Suab

Nyob rau tshooj ntawv no, peb kawm txog tsib yam uas qhov ntshej qhov muag tau hnov tau pom.

1. Nrog koj tus menyuam tham txog suab nkauj los sis tej kwvtxhiaj uas koj tau kawm thaum koj tseem yog menyuam yaus.
2. Qhia koj cov nkauj no ib zaj rau koj tus menyuam.
3. Xyaum hu zaj nkauj nrog koj tus menyuam kom nws txawj, es nws tau coj tuaj hu rau nws chav tsev kawmntawv mloog.

Avenues TSAB XOVXWM

Kuv Nyiag Soj Nyiag Saib

TSHOOJNTAWV 3

Peb Cov Suab

Nyob rau tshooj ntawv no, peb kawm txog tsib yam uas qhov ntshej qhov muag tau hnov tau pom.

1. Nrog koj tus menyuam tham txog suab nkauj los sis tej kwvtxhiaj uas koj tau kawm thaum koj tseem yog menyuam yaus.
2. Qhia koj cov nkauj no ib zaj rau koj tus menyuam.
3. Xyaum hu zaj nkauj nrog koj tus menyuam kom nws txawj, es nws tau coj tuaj hu rau nws chav tsev kawmntawv mloog.

Avenues TSAB XOVXWM

Kuv Nyiag Soj Nyiag Saib

TSHOOJNTAWV 3

Peb Cov Suab

Nyob rau tshooj ntawv no, peb kawm txog tsib yam uas qhov ntshej qhov muag tau hnov tau pom.

1. Nrog koj tus menyuam tham txog suab nkauj los sis tej kwvtxhiaj uas koj tau kawm thaum koj tseem yog menyuam yaus.
2. Qhia koj cov nkauj no ib zaj rau koj tus menyuam.
3. Xyaum hu zaj nkauj nrog koj tus menyuam kom nws txawj, es nws tau coj tuaj hu rau nws chav tsev kawmntawv mloog.

Avenues TSAB XOVXWM

Kuv Nyiag Soj Nyiag Saib

TSHOOJNTAWV 3

Peb Cov Suab

Nyob rau tshooj ntawv no, peb kawm txog tsib yam uas qhov ntshej qhov muag tau hnov tau pom.

1. Nrog koj tus menyuam tham txog suab nkauj los sis tej kwvtxhiaj uas koj tau kawm thaum koj tseem yog menyuam yaus.
2. Qhia koj cov nkauj no ib zaj rau koj tus menyuam.
3. Xyaum hu zaj nkauj nrog koj tus menyuam kom nws txawj, es nws tau coj tuaj hu rau nws chav tsev kawmntawv mloog.

Map fè jouda

BILTEN Avenues

TWAZYÈM LESON

Bri nou fè

Nan leson sa-a, nap aprann kichòy sou 5 sans nou, tankou tande.

1. Pale ak pitit ou a de mizik oubyen ti chante ou te aprann lè ou te timoun.
2. Montre pitit ou a youn nan ti chante sa-yo.
3. Fè repetisyon ti chante sa-a ak pitit ou a pou li kapab al chante li nan klas-la pou lòt ti kanmarad li yo.

Map fè jouda

BILTEN Avenues

TWAZYÈM LESON

Bri nou fè

Nan leson sa-a, nap aprann kichòy sou 5 sans nou, tankou tande.

1. Pale ak pitit ou a de mizik oubyen ti chante ou te aprann lè ou te timoun.
2. Montre pitit ou a youn nan ti chante sa-yo.
3. Fè repetisyon ti chante sa-a ak pitit ou a pou li kapab al chante li nan klas-la pou lòt ti kanmarad li yo.

Map fè jouda

BILTEN Avenues

TWAZYÈM LESON

Bri nou fè

Nan leson sa-a, nap aprann kichòy sou 5 sans nou, tankou tande.

1. Pale ak pitit ou a de mizik oubyen ti chante ou te aprann lè ou te timoun.
2. Montre pitit ou a youn nan ti chante sa-yo.
3. Fè repetisyon ti chante sa-a ak pitit ou a pou li kapab al chante li nan klas-la pou lòt ti kanmarad li yo.

Map fè jouda

BILTEN Avenues

TWAZYÈM LESON

Bri nou fè

Nan leson sa-a, nap aprann kichòy sou 5 sans nou, tankou tande.

1. Pale ak pitit ou a de mizik oubyen ti chante ou te aprann lè ou te timoun.
2. Montre pitit ou a youn nan ti chante sa-yo.
3. Fè repetisyon ti chante sa-a ak pitit ou a pou li kapab al chante li nan klas-la pou lòt ti kanmarad li yo.

Come On In!

Avenues NEWSLETTER

UNIT 4

Our Favorite Room

In this unit, we are learning about homes.

1. Talk with your child about your family's favorite room in your home.
2. Talk about why that room is special. Discuss how the room is decorated, events that have taken place there, or feelings that are attached to the room.
3. Help your child draw a picture of the room to bring to class.

Come On In!

Avenues NEWSLETTER

UNIT 4

Our Favorite Room

In this unit, we are learning about homes.

1. Talk with your child about your family's favorite room in your home.
2. Talk about why that room is special. Discuss how the room is decorated, events that have taken place there, or feelings that are attached to the room.
3. Help your child draw a picture of the room to bring to class.

Come On In!

Avenues NEWSLETTER

UNIT 4

Our Favorite Room

In this unit, we are learning about homes.

1. Talk with your child about your family's favorite room in your home.
2. Talk about why that room is special. Discuss how the room is decorated, events that have taken place there, or feelings that are attached to the room.
3. Help your child draw a picture of the room to bring to class.

Come On In!

Avenues NEWSLETTER

UNIT 4

Our Favorite Room

In this unit, we are learning about homes.

1. Talk with your child about your family's favorite room in your home.
2. Talk about why that room is special. Discuss how the room is decorated, events that have taken place there, or feelings that are attached to the room.
3. Help your child draw a picture of the room to bring to class.

BOLETÍN Avenues

UNIDAD 4 | **Pasen, pasen**

Nuestra habitación favorita

En esta unidad, estamos aprendiendo sobre las viviendas.

1. Hablen con su niño o niña acerca de su habitación favorita en su hogar.
2. Mencionen qué hace que esa habitación sea especial. Hablen del decorado, de los sucesos que han tenido lugar allí o de los sentimientos que evoca.
3. Ayuden a su niño o niña a hacer un dibujo de la habitación, para compartir con la clase.

BOLETÍN Avenues

UNIDAD 4 | **Pasen, pasen**

Nuestra habitación favorita

En esta unidad, estamos aprendiendo sobre las viviendas.

1. Hablen con su niño o niña acerca de su habitación favorita en su hogar.
2. Mencionen qué hace que esa habitación sea especial. Hablen del decorado, de los sucesos que han tenido lugar allí o de los sentimientos que evoca.
3. Ayuden a su niño o niña a hacer un dibujo de la habitación, para compartir con la clase.

BOLETÍN Avenues

UNIDAD 4 | **Pasen, pasen**

Nuestra habitación favorita

En esta unidad, estamos aprendiendo sobre las viviendas.

1. Hablen con su niño o niña acerca de su habitación favorita en su hogar.
2. Mencionen qué hace que esa habitación sea especial. Hablen del decorado, de los sucesos que han tenido lugar allí o de los sentimientos que evoca.
3. Ayuden a su niño o niña a hacer un dibujo de la habitación, para compartir con la clase.

BOLETÍN Avenues

UNIDAD 4 | **Pasen, pasen**

Nuestra habitación favorita

En esta unidad, estamos aprendiendo sobre las viviendas.

1. Hablen con su niño o niña acerca de su habitación favorita en su hogar.
2. Mencionen qué hace que esa habitación sea especial. Hablen del decorado, de los sucesos que han tenido lugar allí o de los sentimientos que evoca.
3. Ayuden a su niño o niña a hacer un dibujo de la habitación, para compartir con la clase.

TIN THƯ Avenues

TÍN CHỈ 4 Mời Vào!

Căn Phòng Ưa Thích Của Chúng Ta

Trong tín chỉ này, chúng ta học về nhà ở.

1. Nói với con em của quý vị về căn phòng ưa thích của gia đình trong căn nhà của quý vị.
2. Nói về những lý do khiến căn phòng này trở nên đặc biệt. Thảo luận về cách trang trí của căn phòng, những biến cố đã xảy ra tại đó, hay những cảm giác dính liền với căn phòng.
3. Giúp con em của quý vị vẽ một tấm hình về căn phòng này để mang vào lớp học.

TIN THƯ Avenues

TÍN CHỈ 4 Mời Vào!

Căn Phòng Ưa Thích Của Chúng Ta

Trong tín chỉ này, chúng ta học về nhà ở.

1. Nói với con em của quý vị về căn phòng ưa thích của gia đình trong căn nhà của quý vị.
2. Nói về những lý do khiến căn phòng này trở nên đặc biệt. Thảo luận về cách trang trí của căn phòng, những biến cố đã xảy ra tại đó, hay những cảm giác dính liền với căn phòng.
3. Giúp con em của quý vị vẽ một tấm hình về căn phòng này để mang vào lớp học.

TIN THƯ Avenues

TÍN CHỈ 4 Mời Vào!

Căn Phòng Ưa Thích Của Chúng Ta

Trong tín chỉ này, chúng ta học về nhà ở.

1. Nói với con em của quý vị về căn phòng ưa thích của gia đình trong căn nhà của quý vị.
2. Nói về những lý do khiến căn phòng này trở nên đặc biệt. Thảo luận về cách trang trí của căn phòng, những biến cố đã xảy ra tại đó, hay những cảm giác dính liền với căn phòng.
3. Giúp con em của quý vị vẽ một tấm hình về căn phòng này để mang vào lớp học.

TIN THƯ Avenues

TÍN CHỈ 4 Mời Vào!

Căn Phòng Ưa Thích Của Chúng Ta

Trong tín chỉ này, chúng ta học về nhà ở.

1. Nói với con em của quý vị về căn phòng ưa thích của gia đình trong căn nhà của quý vị.
2. Nói về những lý do khiến căn phòng này trở nên đặc biệt. Thảo luận về cách trang trí của căn phòng, những biến cố đã xảy ra tại đó, hay những cảm giác dính liền với căn phòng.
3. Giúp con em của quý vị vẽ một tấm hình về căn phòng này để mang vào lớp học.

欢迎光临!

Avenues 教育通讯

第四单元

我最喜欢的房间!

在这一单元里我们会了解什麽是“家”。

1. 和你的孩子讨论哪儿是你们全家最喜爱的房间。
2. 讨论一下这个房间的装璜、在那儿发生过的事，或与它相连而产生的感觉。是哪些独到之处使这个房间深受喜爱？
3. 帮助孩子把这个间房间画出来，带到课堂上与老师和同学们分享。

欢迎光临!

Avenues 教育通讯

第四单元

我最喜欢的房间!

在这一单元里我们会了解什麽是“家”。

1. 和你的孩子讨论哪儿是你们全家最喜爱的房间。
2. 讨论一下这个房间的装璜、在那儿发生过的事，或与它相连而产生的感觉。是哪些独到之处使这个房间深受喜爱？
3. 帮助孩子把这个间房间画出来，带到课堂上与老师和同学们分享。

欢迎光临!

Avenues 教育通讯

第四单元

我最喜欢的房间!

在这一单元里我们会了解什麽是“家”。

1. 和你的孩子讨论哪儿是你们全家最喜爱的房间。
2. 讨论一下这个房间的装璜、在那儿发生过的事，或与它相连而产生的感觉。是哪些独到之处使这个房间深受喜爱？
3. 帮助孩子把这个间房间画出来，带到课堂上与老师和同学们分享。

欢迎光临!

Avenues 教育通讯

第四单元

我最喜欢的房间!

在这一单元里我们会了解什麽是“家”。

1. 和你的孩子讨论哪儿是你们全家最喜爱的房间。
2. 讨论一下这个房间的装璜、在那儿发生过的事，或与它相连而产生的感觉。是哪些独到之处使这个房间深受喜爱？
3. 帮助孩子把这个间房间画出来，带到课堂上与老师和同学们分享。

Avenues 뉴스레터

유닛 4 들어오세요!

가장 좋아하는 방

이 유닛에서 우리는 가정에 대하여 배웁니다.

1. 집에서 가족들이 가장 좋아하는 방에 대하여 자녀와 얘기를 나누세요.
2. 왜 그 방이 특별한지 얘기하세요. 그 방을 어떻게 꾸며졌는지, 그 방에서 어떤 활동들을 가졌는지 그리고 그 방과 연루된 느낌을 서로 나누세요.
3. 그 방의 그림을 그려 클래스에 가져가도록 도와주세요.

Avenues 뉴스레터

유닛 4 들어오세요!

가장 좋아하는 방

이 유닛에서 우리는 가정에 대하여 배웁니다.

1. 집에서 가족들이 가장 좋아하는 방에 대하여 자녀와 얘기를 나누세요.
2. 왜 그 방이 특별한지 얘기하세요. 그 방을 어떻게 꾸며졌는지, 그 방에서 어떤 활동들을 가졌는지 그리고 그 방과 연루된 느낌을 서로 나누세요.
3. 그 방의 그림을 그려 클래스에 가져가도록 도와주세요.

Avenues 뉴스레터

유닛 4 들어오세요!

가장 좋아하는 방

이 유닛에서 우리는 가정에 대하여 배웁니다.

1. 집에서 가족들이 가장 좋아하는 방에 대하여 자녀와 얘기를 나누세요.
2. 왜 그 방이 특별한지 얘기하세요. 그 방을 어떻게 꾸며졌는지, 그 방에서 어떤 활동들을 가졌는지 그리고 그 방과 연루된 느낌을 서로 나누세요.
3. 그 방의 그림을 그려 클래스에 가져가도록 도와주세요.

Avenues 뉴스레터

유닛 4 들어오세요!

가장 좋아하는 방

이 유닛에서 우리는 가정에 대하여 배웁니다.

1. 집에서 가족들이 가장 좋아하는 방에 대하여 자녀와 얘기를 나누세요.
2. 왜 그 방이 특별한지 얘기하세요. 그 방을 어떻게 꾸며졌는지, 그 방에서 어떤 활동들을 가졌는지 그리고 그 방과 연루된 느낌을 서로 나누세요.
3. 그 방의 그림을 그려 클래스에 가져가도록 도와주세요.

Avenues TSAB XOVXWM

Nkag Los!

TSHOOJNTAWV 4

Peb Chav Tsev Uas Peb Nyiam Nyob Tshaj

Nyob rau tshooj ntawv no, peb kawm txog peb tej vajtsev.

1. Nrog koj tus menyuam tham txog koj tsevneeg chav tsev uas nej nyiam tshaj plaws hauv nej lub tsev.
2. Tham saib vim li cas chav tsev thiaj yog chav zoo tshaj. Tham txog tej khoom siv tsab rau chav tsev no, txog tej ub tej no nej ua hauv chav tsev no, los sis txog tej ua rau nej ncawg chav tsev no tshaj.
3. Pab koj tus menyuam kos ib daim duab txog chav tsev no es thiaj tau nqa tuaj tom nws chav tsev kawmntawv.

Avenues TSAB XOVXWM

Nkag Los!

TSHOOJNTAWV 4

Peb Chav Tsev Uas Peb Nyiam Nyob Tshaj

Nyob rau tshooj ntawv no, peb kawm txog peb tej vajtsev.

1. Nrog koj tus menyuam tham txog koj tsevneeg chav tsev uas nej nyiam tshaj plaws hauv nej lub tsev.
2. Tham saib vim li cas chav tsev thiaj yog chav zoo tshaj. Tham txog tej khoom siv tsab rau chav tsev no, txog tej ub tej no nej ua hauv chav tsev no, los sis txog tej ua rau nej ncawg chav tsev no tshaj.
3. Pab koj tus menyuam kos ib daim duab txog chav tsev no es thiaj tau nqa tuaj tom nws chav tsev kawmntawv.

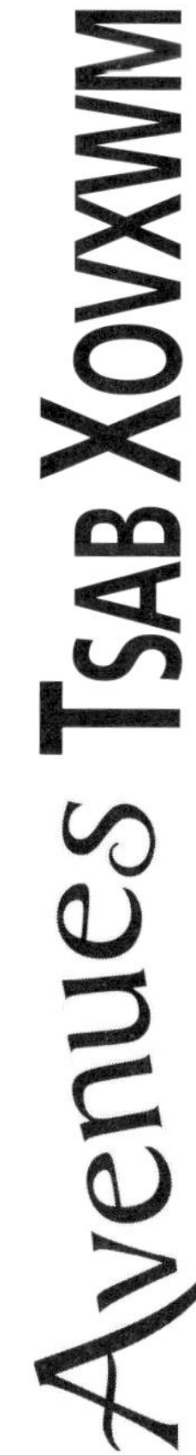

TSAB XOVXWM

Nkag Los!

TSHOOJNTAWV 4

Peb Chav Tsev Uas Peb Nyiam Nyob Tshaj

Nyob rau tshooj ntawv no, peb kawm txog peb tej vajtsev.

1. Nrog koj tus menyuam tham txog koj tsevneeg chav tsev uas nej nyiam tshaj plaws hauv nej lub tsev.
2. Tham saib vim li cas chav tsev thiaj yog chav zoo tshaj. Tham txog tej khoom siv tsab rau chav tsev no, txog tej ub tej no nej ua hauv chav tsev no, los sis txog tej ua rau nej ncawg chav tsev no tshaj.
3. Pab koj tus menyuam kos ib daim duab txog chav tsev no es thiaj tau nqa tuaj tom nws chav tsev kawmntawv.

Avenues TSAB XOVXWM

Nkag Los!

TSHOOJNTAWV 4

Peb Chav Tsev Uas Peb Nyiam Nyob Tshaj

Nyob rau tshooj ntawv no, peb kawm txog peb tej vajtsev.

1. Nrog koj tus menyuam tham txog koj tsevneeg chav tsev uas nej nyiam tshaj plaws hauv nej lub tsev.
2. Tham saib vim li cas chav tsev thiaj yog chav zoo tshaj. Tham txog tej khoom siv tsab rau chav tsev no, txog tej ub tej no nej ua hauv chav tsev no, los sis txog tej ua rau nej ncawg chav tsev no tshaj.
3. Pab koj tus menyuam kos ib daim duab txog chav tsev no es thiaj tau nqa tuaj tom nws chav tsev kawmntawv.

Antre non!

BILTEN Avenues

KATRIYÈM LESON

Pyès nou pi pito nan kay-la

Nan leson sa-a, nap pale de kay.

1. Pale ak pitit ou a de pyès ou pi pito nan kay ou.
2. Eksplike li sak fè pyès sa-a espesyal. Pale ak li sou kijan pyès la dekore, evènman ki te pase ladan ni, oswa santiman ou genyen pou pyès sa-a.
3. Ede pitit ou a fè yon desen pyès-la pou li pote nan klas-la.

Antre non!

BILTEN Avenues

KATRIYÈM LESON

Pyès nou pi pito nan kay-la

Nan leson sa-a, nap pale de kay.

1. Pale ak pitit ou a de pyès ou pi pito nan kay ou.
2. Eksplike li sak fè pyès sa-a espesyal. Pale ak li sou kijan pyès la dekore, evènman ki te pase ladan ni, oswa santiman ou genyen pou pyès sa-a.
3. Ede pitit ou a fè yon desen pyès-la pou li pote nan klas-la.

Antre non!

BILTEN Avenues

KATRIYÈM LESON

Pyès nou pi pito nan kay-la

Nan leson sa-a, nap pale de kay.

1. Pale ak pitit ou a de pyès ou pi pito nan kay ou.
2. Eksplike li sak fè pyès sa-a espesyal. Pale ak li sou kijan pyès la dekore, evènman ki te pase ladan ni, oswa santiman ou genyen pou pyès sa-a.
3. Ede pitit ou a fè yon desen pyès-la pou li pote nan klas-la.

Antre non!

BILTEN Avenues

KATRIYÈM LESON

Pyès nou pi pito nan kay-la

Nan leson sa-a, nap pale de kay.

1. Pale ak pitit ou a de pyès ou pi pito nan kay ou.
2. Eksplike li sak fè pyès sa-a espesyal. Pale ak li sou kijan pyès la dekore, evènman ki te pase ladan ni, oswa santiman ou genyen pou pyès sa-a.
3. Ede pitit ou a fè yon desen pyès-la pou li pote nan klas-la.

Avenues NEWSLETTER

UNIT 5 Together Time

Get Together!

In this unit, we are learning about spending time with our families.

1. Talk with your child about a special time when your family gets together, such as a holiday or annual event.
2. Find a photo that was taken during that time and discuss it with your child, pointing out each family member.
3. If possible, allow your child to bring the photo to class.

Avenues NEWSLETTER

UNIT 5 Together Time

Get Together!

In this unit, we are learning about spending time with our families.

1. Talk with your child about a special time when your family gets together, such as a holiday or annual event.
2. Find a photo that was taken during that time and discuss it with your child, pointing out each family member.
3. If possible, allow your child to bring the photo to class.

Avenues NEWSLETTER

UNIT 5 Together Time

Get Together!

In this unit, we are learning about spending time with our families.

1. Talk with your child about a special time when your family gets together, such as a holiday or annual event.
2. Find a photo that was taken during that time and discuss it with your child, pointing out each family member.
3. If possible, allow your child to bring the photo to class.

Avenues NEWSLETTER

UNIT 5 Together Time

Get Together!

In this unit, we are learning about spending time with our families.

1. Talk with your child about a special time when your family gets together, such as a holiday or annual event.
2. Find a photo that was taken during that time and discuss it with your child, pointing out each family member.
3. If possible, allow your child to bring the photo to class.

BOLETÍN Avenues

UNIDAD 5 — Siempre juntitos

Reunión familiar

En esta unidad, estamos hablando acerca de las actividades que hacemos en familia.

1. Hablen con su niño o niña de una ocasión especial (como un cumpleaños o un día de fiesta) en la que su familia se reúne.
2. Muéstrenle una foto tomada en esa ocasión, señalando los miembros de la familia.
3. Si es posible, permitan que su niño o niña traiga la foto a clase, para compartirla con sus compañeros.

BOLETÍN Avenues

UNIDAD 5 — Siempre juntitos

Reunión familiar

En esta unidad, estamos hablando acerca de las actividades que hacemos en familia.

1. Hablen con su niño o niña de una ocasión especial (como un cumpleaños o un día de fiesta) en la que su familia se reúne.
2. Muéstrenle una foto tomada en esa ocasión, señalando los miembros de la familia.
3. Si es posible, permitan que su niño o niña traiga la foto a clase, para compartirla con sus compañeros.

BOLETÍN Avenues

UNIDAD 5 — Siempre juntitos

Reunión familiar

En esta unidad, estamos hablando acerca de las actividades que hacemos en familia.

1. Hablen con su niño o niña de una ocasión especial (como un cumpleaños o un día de fiesta) en la que su familia se reúne.
2. Muéstrenle una foto tomada en esa ocasión, señalando los miembros de la familia.
3. Si es posible, permitan que su niño o niña traiga la foto a clase, para compartirla con sus compañeros.

BOLETÍN Avenues

UNIDAD 5 — Siempre juntitos

Reunión familiar

En esta unidad, estamos hablando acerca de las actividades que hacemos en familia.

1. Hablen con su niño o niña de una ocasión especial (como un cumpleaños o un día de fiesta) en la que su familia se reúne.
2. Muéstrenle una foto tomada en esa ocasión, señalando los miembros de la familia.
3. Si es posible, permitan que su niño o niña traiga la foto a clase, para compartirla con sus compañeros.

TIN THƯ Avenues

TÍN CHỈ 5 — Thời Gian Sum Họp

Hãy Sum Họp Cùng Nhau!

Trong tín chỉ này, chúng ta học về việc dành thời gian cho gia đình chúng ta.

1. Nói với con em quý vị về một thời gian đặc biệt gia đình quý vị sum họp cùng nhau, chẳng hạn như ngày lễ hay sinh hoạt hằng năm.
2. Tìm một tấm ảnh được chụp vào thời gian đó và thảo luận về tấm ảnh này với con em của quý vị, nêu tên từng thân nhân trong gia đình trong tấm ảnh.
3. Nếu có thể được, cho phép con em của quý vị mang tấm ảnh này vào lớp học.

TIN THƯ Avenues

TÍN CHỈ 5 — Thời Gian Sum Họp

Hãy Sum Họp Cùng Nhau!

Trong tín chỉ này, chúng ta học về việc dành thời gian cho gia đình chúng ta.

1. Nói với con em quý vị về một thời gian đặc biệt gia đình quý vị sum họp cùng nhau, chẳng hạn như ngày lễ hay sinh hoạt hằng năm.
2. Tìm một tấm ảnh được chụp vào thời gian đó và thảo luận về tấm ảnh này với con em của quý vị, nêu tên từng thân nhân trong gia đình trong tấm ảnh.
3. Nếu có thể được, cho phép con em của quý vị mang tấm ảnh này vào lớp học.

TIN THƯ Avenues

TÍN CHỈ 5 — Thời Gian Sum Họp

Hãy Sum Họp Cùng Nhau!

Trong tín chỉ này, chúng ta học về việc dành thời gian cho gia đình chúng ta.

1. Nói với con em quý vị về một thời gian đặc biệt gia đình quý vị sum họp cùng nhau, chẳng hạn như ngày lễ hay sinh hoạt hằng năm.
2. Tìm một tấm ảnh được chụp vào thời gian đó và thảo luận về tấm ảnh này với con em của quý vị, nêu tên từng thân nhân trong gia đình trong tấm ảnh.
3. Nếu có thể được, cho phép con em của quý vị mang tấm ảnh này vào lớp học.

TIN THƯ Avenues

TÍN CHỈ 5 — Thời Gian Sum Họp

Hãy Sum Họp Cùng Nhau!

Trong tín chỉ này, chúng ta học về việc dành thời gian cho gia đình chúng ta.

1. Nói với con em quý vị về một thời gian đặc biệt gia đình quý vị sum họp cùng nhau, chẳng hạn như ngày lễ hay sinh hoạt hằng năm.
2. Tìm một tấm ảnh được chụp vào thời gian đó và thảo luận về tấm ảnh này với con em của quý vị, nêu tên từng thân nhân trong gia đình trong tấm ảnh.
3. Nếu có thể được, cho phép con em của quý vị mang tấm ảnh này vào lớp học.

Avenues 教育通讯

第五单元 相聚时光

合家团聚

我们将在这一单元里谈论与家人的相聚。

1. 和你的孩子回忆一次难忘的家庭聚会，比如某个假日或一年一度的团聚。
2. 找出那次团聚时的合影与孩子分享，帮助她/他在照片上逐一认出每个家庭成员。
3. 可以让你的孩子把这张照片带到课堂来。

Avenues 教育通讯

第五单元 相聚时光

合家团聚

我们将在这一单元里谈论与家人的相聚。

1. 和你的孩子回忆一次难忘的家庭聚会，比如某个假日或一年一度的团聚。
2. 找出那次团聚时的合影与孩子分享，帮助她/他在照片上逐一认出每个家庭成员。
3. 可以让你的孩子把这张照片带到课堂来。

Avenues 教育通讯

第五单元 相聚时光

合家团聚

我们将在这一单元里谈论与家人的相聚。

1. 和你的孩子回忆一次难忘的家庭聚会，比如某个假日或一年一度的团聚。
2. 找出那次团聚时的合影与孩子分享，帮助她/他在照片上逐一认出每个家庭成员。
3. 可以让你的孩子把这张照片带到课堂来。

Avenues 教育通讯

第五单元 相聚时光

合家团聚

我们将在这一单元里谈论与家人的相聚。

1. 和你的孩子回忆一次难忘的家庭聚会，比如某个假日或一年一度的团聚。
2. 找出那次团聚时的合影与孩子分享，帮助她/他在照片上逐一认出每个家庭成员。
3. 可以让你的孩子把这张照片带到课堂来。

Avenues 뉴스레터

유닛 5 | 함께 하는 시간

함께 모이기!

이 유닛에서 우리는 가족들과 함께 시간을 보내는 것을 배웁니다.

1. 명절이나 연중 행사 때 가족들이 함께 모이는 특별한 시간에 대하여 자녀와 얘기를 나누세요.
2. 그런 행사 때 찍을 사진을 찾아 가족들을 하나하나 지적하면서 자녀와 얘기하세요.
3. 가능하면 그 사진을 클래스에 갖고 가도록 하십시오.

Avenues 뉴스레터

유닛 5 | 함께 하는 시간

함께 모이기!

이 유닛에서 우리는 가족들과 함께 시간을 보내는 것을 배웁니다.

1. 명절이나 연중 행사 때 가족들이 함께 모이는 특별한 시간에 대하여 자녀와 얘기를 나누세요.
2. 그런 행사 때 찍을 사진을 찾아 가족들을 하나하나 지적하면서 자녀와 얘기하세요.
3. 가능하면 그 사진을 클래스에 갖고 가도록 하십시오.

Avenues 뉴스레터

유닛 5 | 함께 하는 시간

함께 모이기!

이 유닛에서 우리는 가족들과 함께 시간을 보내는 것을 배웁니다.

1. 명절이나 연중 행사 때 가족들이 함께 모이는 특별한 시간에 대하여 자녀와 얘기를 나누세요.
2. 그런 행사 때 찍을 사진을 찾아 가족들을 하나하나 지적하면서 자녀와 얘기하세요.
3. 가능하면 그 사진을 클래스에 갖고 가도록 하십시오.

Avenues 뉴스레터

유닛 5 | 함께 하는 시간

함께 모이기!

이 유닛에서 우리는 가족들과 함께 시간을 보내는 것을 배웁니다.

1. 명절이나 연중 행사 때 가족들이 함께 모이는 특별한 시간에 대하여 자녀와 얘기를 나누세요.
2. 그런 행사 때 찍을 사진을 찾아 가족들을 하나하나 지적하면서 자녀와 얘기하세요.
3. 가능하면 그 사진을 클래스에 갖고 가도록 하십시오.

Avenues Tsab Xovxwm

TSHOOJNTAWV 5 — Sijhawm Sib Sau Ua Ke

Los Sib Sau Ua Ke!

Nyob tshooj ntawv no, peb kawm txog kam siv sijhawm los nyob sib sau ua ke nrog peb tsevneeg.

1. Nrog koj tus menyuam tham txog lub sijhawm tseemceeb koj tsevneeg tuaj sib sau ua ke, pivxamli hnub so tseemceeb, los sis tej yam tseemceeb niaj xyoo ua.
2. Nrhiav ib daim duab yees txog tej nej ua lub sijhawm ntawd, es muab tham nrog koj tus menyuam, qhia tsevneeg cov duab ib tug zujzus rau nws.
3. Yog nqa tau, xav kom koj tus menyuam nqa daim duab tuaj tom nws chav tsev kawmntawv.

Avenues Tsab Xovxwm

TSHOOJNTAWV 5 — Sijhawm Sib Sau Ua Ke

Los Sib Sau Ua Ke!

Nyob tshooj ntawv no, peb kawm txog kam siv sijhawm los nyob sib sau ua ke nrog peb tsevneeg.

1. Nrog koj tus menyuam tham txog lub sijhawm tseemceeb koj tsevneeg tuaj sib sau ua ke, pivxamli hnub so tseemceeb, los sis tej yam tseemceeb niaj xyoo ua.
2. Nrhiav ib daim duab yees txog tej nej ua lub sijhawm ntawd, es muab tham nrog koj tus menyuam, qhia tsevneeg cov duab ib tug zujzus rau nws.
3. Yog nqa tau, xav kom koj tus menyuam nqa daim duab tuaj tom nws chav tsev kawmntawv.

Avenues Tsab Xovxwm

TSHOOJNTAWV 5 — Sijhawm Sib Sau Ua Ke

Los Sib Sau Ua Ke!

Nyob tshooj ntawv no, peb kawm txog kam siv sijhawm los nyob sib sau ua ke nrog peb tsevneeg.

1. Nrog koj tus menyuam tham txog lub sijhawm tseemceeb koj tsevneeg tuaj sib sau ua ke, pivxamli hnub so tseemceeb, los sis tej yam tseemceeb niaj xyoo ua.
2. Nrhiav ib daim duab yees txog tej nej ua lub sijhawm ntawd, es muab tham nrog koj tus menyuam, qhia tsevneeg cov duab ib tug zujzus rau nws.
3. Yog nqa tau, xav kom koj tus menyuam nqa daim duab tuaj tom nws chav tsev kawmntawv.

Avenues Tsab Xovxwm

TSHOOJNTAWV 5 — Sijhawm Sib Sau Ua Ke

Los Sib Sau Ua Ke!

Nyob tshooj ntawv no, peb kawm txog kam siv sijhawm los nyob sib sau ua ke nrog peb tsevneeg.

1. Nrog koj tus menyuam tham txog lub sijhawm tseemceeb koj tsevneeg tuaj sib sau ua ke, pivxamli hnub so tseemceeb, los sis tej yam tseemceeb niaj xyoo ua.
2. Nrhiav ib daim duab yees txog tej nej ua lub sijhawm ntawd, es muab tham nrog koj tus menyuam, qhia tsevneeg cov duab ib tug zujzus rau nws.
3. Yog nqa tau, xav kom koj tus menyuam nqa daim duab tuaj tom nws chav tsev kawmntawv.

Moman nou pase ansanm

BILTEN Avenues

SENKYÈM LESON

An nou reyini!

Nan leson sa-a, nap aprann kouman pou nou pase tan ak fanmi nou.

1. Pale ak pitit ou a de yon okazyon espesyal lè fanmi-w-lan reyini, tankou lè gen yon fèt oswa yon evènman chak ane.
2. Chache yon foto yo te pran lè sa-a epi diskite li ak pitit ou a, pandan wap montre li chak manm fanmi-an.
3. Si li posib, kite pitit ou a pote foto-a nan klas-la.

Moman nou pase ansanm

BILTEN Avenues

SENKYÈM LESON

An nou reyini!

Nan leson sa-a, nap aprann kouman pou nou pase tan ak fanmi nou.

1. Pale ak pitit ou a de yon okazyon espesyal lè fanmi-w-lan reyini, tankou lè gen yon fèt oswa yon evènman chak ane.
2. Chache yon foto yo te pran lè sa-a epi diskite li ak pitit ou a, pandan wap montre li chak manm fanmi-an.
3. Si li posib, kite pitit ou a pote foto-a nan klas-la.

Moman nou pase ansanm

BILTEN Avenues

SENKYÈM LESON

An nou reyini!

Nan leson sa-a, nap aprann kouman pou nou pase tan ak fanmi nou.

1. Pale ak pitit ou a de yon okazyon espesyal lè fanmi-w-lan reyini, tankou lè gen yon fèt oswa yon evènman chak ane.
2. Chache yon foto yo te pran lè sa-a epi diskite li ak pitit ou a, pandan wap montre li chak manm fanmi-an.
3. Si li posib, kite pitit ou a pote foto-a nan klas-la.

Moman nou pase ansanm

BILTEN Avenues

SENKYÈM LESON

An nou reyini!

Nan leson sa-a, nap aprann kouman pou nou pase tan ak fanmi nou.

1. Pale ak pitit ou a de yon okazyon espesyal lè fanmi-w-lan reyini, tankou lè gen yon fèt oswa yon evènman chak ane.
2. Chache yon foto yo te pran lè sa-a epi diskite li ak pitit ou a, pandan wap montre li chak manm fanmi-an.
3. Si li posib, kite pitit ou a pote foto-a nan klas-la.

Avenues NEWSLETTER

UNIT 6 About Town

Your Neighborhood

In this unit, we are learning about neighborhoods.

1. Take your child on a walk or a drive around your neighborhood, and discuss the people and places that make your neighborhood special.
2. Help your child draw a picture of a special worker, neighbor, or place in your neighborhood.
3. Remind your child to bring the picture to class.

Avenues NEWSLETTER

UNIT 6 About Town

Your Neighborhood

In this unit, we are learning about neighborhoods.

1. Take your child on a walk or a drive around your neighborhood, and discuss the people and places that make your neighborhood special.
2. Help your child draw a picture of a special worker, neighbor, or place in your neighborhood.
3. Remind your child to bring the picture to class.

Avenues NEWSLETTER

UNIT 6 About Town

Your Neighborhood

In this unit, we are learning about neighborhoods.

1. Take your child on a walk or a drive around your neighborhood, and discuss the people and places that make your neighborhood special.
2. Help your child draw a picture of a special worker, neighbor, or place in your neighborhood.
3. Remind your child to bring the picture to class.

Avenues NEWSLETTER

UNIT 6 About Town

Your Neighborhood

In this unit, we are learning about neighborhoods.

1. Take your child on a walk or a drive around your neighborhood, and discuss the people and places that make your neighborhood special.
2. Help your child draw a picture of a special worker, neighbor, or place in your neighborhood.
3. Remind your child to bring the picture to class.

BOLETÍN Avenues

UNIDAD 6 **Por todo el barrio**

El vecindario

En esta unidad, estamos aprendiendo sobre los vecindarios.

1. Lleven a su niño o niña a dar un paseo a pie o en auto por su vecindario. Hablen de los lugares y las personas especiales de su vecindario.
2. Ayuden a su niño o niña a hacer un dibujo de un trabajador, un vecino o un lugar de su vecindario.
3. Recuérdenle que debe traer el dibujo a clase.

BOLETÍN Avenues

UNIDAD 6 Por todo el barrio

El vecindario

En esta unidad, estamos aprendiendo sobre los vecindarios.

1. Lleven a su niño o niña a dar un paseo a pie o en auto por su vecindario. Hablen de los lugares y las personas especiales de su vecindario.
2. Ayuden a su niño o niña a hacer un dibujo de un trabajador, un vecino o un lugar de su vecindario.
3. Recuérdenle que debe traer el dibujo a clase.

BOLETÍN Avenues

UNIDAD 6 Por todo el barrio

El vecindario

En esta unidad, estamos aprendiendo sobre los vecindarios.

1. Lleven a su niño o niña a dar un paseo a pie o en auto por su vecindario. Hablen de los lugares y las personas especiales de su vecindario.
2. Ayuden a su niño o niña a hacer un dibujo de un trabajador, un vecino o un lugar de su vecindario.
3. Recuérdenle que debe traer el dibujo a clase.

BOLETÍN Avenues

UNIDAD 6 Por todo el barrio

El vecindario

En esta unidad, estamos aprendiendo sobre los vecindarios.

1. Lleven a su niño o niña a dar un paseo a pie o en auto por su vecindario. Hablen de los lugares y las personas especiales de su vecindario.
2. Ayuden a su niño o niña a hacer un dibujo de un trabajador, un vecino o un lugar de su vecindario.
3. Recuérdenle que debe traer el dibujo a clase.

TÍN CHỈ 6 — Về Thành Thị

TIN THƯ Avenues

Khu Cư Trú Của Quý Vị

Trong tín chỉ này, chúng ta học về khu cư trú của quý vị.

1. Đi bộ hay lái xe đưa con em quý vị vòng quanh khu cư trú của quý vị, và thảo luận với các em về con người hay địa điểm khiến khu cư trú của quý vị trở nên đặc biệt.
2. Giúp con em quý vị vẽ một tấm hình về một công nhân, một người láng giềng, hay một nơi chốn đặc biệt trong khu cư trú của quý vị.
3. Nhắc con em của quý vị mang tấm hình này vào lớp học.

TÍN CHỈ 6 — Về Thành Thị

TIN THƯ Avenues

Khu Cư Trú Của Quý Vị

Trong tín chỉ này, chúng ta học về khu cư trú của quý vị.

1. Đi bộ hay lái xe đưa con em quý vị vòng quanh khu cư trú của quý vị, và thảo luận với các em về con người hay địa điểm khiến khu cư trú của quý vị trở nên đặc biệt.
2. Giúp con em quý vị vẽ một tấm hình về một công nhân, một người láng giềng, hay một nơi chốn đặc biệt trong khu cư trú của quý vị.
3. Nhắc con em của quý vị mang tấm hình này vào lớp học.

TÍN CHỈ 6 — Về Thành Thị

TIN THƯ Avenues

Khu Cư Trú Của Quý Vị

Trong tín chỉ này, chúng ta học về khu cư trú của quý vị.

1. Đi bộ hay lái xe đưa con em quý vị vòng quanh khu cư trú của quý vị, và thảo luận với các em về con người hay địa điểm khiến khu cư trú của quý vị trở nên đặc biệt.
2. Giúp con em quý vị vẽ một tấm hình về một công nhân, một người láng giềng, hay một nơi chốn đặc biệt trong khu cư trú của quý vị.
3. Nhắc con em của quý vị mang tấm hình này vào lớp học.

TÍN CHỈ 6 — Về Thành Thị

TIN THƯ Avenues

Khu Cư Trú Của Quý Vị

Trong tín chỉ này, chúng ta học về khu cư trú của quý vị.

1. Đi bộ hay lái xe đưa con em quý vị vòng quanh khu cư trú của quý vị, và thảo luận với các em về con người hay địa điểm khiến khu cư trú của quý vị trở nên đặc biệt.
2. Giúp con em quý vị vẽ một tấm hình về một công nhân, một người láng giềng, hay một nơi chốn đặc biệt trong khu cư trú của quý vị.
3. Nhắc con em của quý vị mang tấm hình này vào lớp học.

城里城外

Avenues 教育通讯

第六单元

邻居

你的左邻右舍就是这一单元的主题。

1. 带你的孩子在社区里走一圈或开车转一转，谈谈居住在这里的人们和与其它社区不同的地方。
2. 帮助你的孩子画出社区里与众不同的地方、一位邻居或一位社区工作者。
3. 提醒你的孩子上课时带上这张图。

城里城外

Avenues 教育通讯

第六单元

邻居

你的左邻右舍就是这一单元的主题。

1. 带你的孩子在社区里走一圈或开车转一转，谈谈居住在这里的人们和与其它社区不同的地方。
2. 帮助你的孩子画出社区里与众不同的地方、一位邻居或一位社区工作者。
3. 提醒你的孩子上课时带上这张图。

城里城外

Avenues 教育通讯

第六单元

邻居

你的左邻右舍就是这一单元的主题。

1. 带你的孩子在社区里走一圈或开车转一转，谈谈居住在这里的人们和与其它社区不同的地方。
2. 帮助你的孩子画出社区里与众不同的地方、一位邻居或一位社区工作者。
3. 提醒你的孩子上课时带上这张图。

城里城外

Avenues 教育通讯

第六单元

邻居

你的左邻右舍就是这一单元的主题。

1. 带你的孩子在社区里走一圈或开车转一转，谈谈居住在这里的人们和与其它社区不同的地方。
2. 帮助你的孩子画出社区里与众不同的地方、一位邻居或一位社区工作者。
3. 提醒你的孩子上课时带上这张图。

Avenues 뉴스레터

우리 동네 유닛 6

우리 동네

이 유닛에서 우리는 이웃에 대하여 배웁니다.

1. 자녀를 데리고 나가 동네를 자동차로 한 바퀴 돌면서 사는 사람들과 장소에 대하여 얘기하세요.
2. 동네에 사는 특별한 이웃이나 장소를 그림으로 그리도록 도와 주세요.
3. 그 그림을 클래스에 갖고 가도록 상기시키십시오.

Avenues 뉴스레터

우리 동네 유닛 6

우리 동네

이 유닛에서 우리는 이웃에 대하여 배웁니다.

1. 자녀를 데리고 나가 동네를 자동차로 한 바퀴 돌면서 사는 사람들과 장소에 대하여 얘기하세요.
2. 동네에 사는 특별한 이웃이나 장소를 그림으로 그리도록 도와 주세요.
3. 그 그림을 클래스에 갖고 가도록 상기시키십시오.

Avenues 뉴스레터

우리 동네 유닛 6

우리 동네

이 유닛에서 우리는 이웃에 대하여 배웁니다.

1. 자녀를 데리고 나가 동네를 자동차로 한 바퀴 돌면서 사는 사람들과 장소에 대하여 얘기하세요.
2. 동네에 사는 특별한 이웃이나 장소를 그림으로 그리도록 도와 주세요.
3. 그 그림을 클래스에 갖고 가도록 상기시키십시오.

Avenues 뉴스레터

우리 동네 유닛 6

우리 동네

이 유닛에서 우리는 이웃에 대하여 배웁니다.

1. 자녀를 데리고 나가 동네를 자동차로 한 바퀴 돌면서 사는 사람들과 장소에 대하여 얘기하세요.
2. 동네에 사는 특별한 이웃이나 장소를 그림으로 그리도록 도와 주세요.
3. 그 그림을 클래스에 갖고 가도록 상기시키십시오.

Avenues TSAB XOVXWM

TSHOOJNTAWV 6 | Txog Peb Lub Zos

Koj Lub Zejzog

Nyob rau tshooj ntawv no, peb kawm txog tej zejzog.

1. Coj koj tus menyuam taug kev los sis tsav lub-fai ncig xyuas koj lub zejzog, es qhia txog tej neeg thiab tej chaw uas ua rau lub zos zoo thiab muaj npe.
2. Pab koj tus menyuam kos ib daim duab txog ib tug neeg ua haujlwm, tus neeg ntawm koj tog vaj tog tsev, los sis ib qho chaw ntawm nej lub zejzog.
3. Nco ntsoov hais koj tus menyuam nqa daim duab tuaj tom chav tsev kawmntawv.

Avenues TSAB XOVXWM

TSHOOJNTAWV 6 | Txog Peb Lub Zos

Koj Lub Zejzog

Nyob rau tshooj ntawv no, peb kawm txog tej zejzog.

1. Coj koj tus menyuam taug kev los sis tsav lub-fai ncig xyuas koj lub zejzog, es qhia txog tej neeg thiab tej chaw uas ua rau lub zos zoo thiab muaj npe.
2. Pab koj tus menyuam kos ib daim duab txog ib tug neeg ua haujlwm, tus neeg ntawm koj tog vaj tog tsev, los sis ib qho chaw ntawm nej lub zejzog.
3. Nco ntsoov hais koj tus menyuam nqa daim duab tuaj tom chav tsev kawmntawv.

Avenues TSAB XOVXWM

TSHOOJNTAWV 6 | Txog Peb Lub Zos

Koj Lub Zejzog

Nyob rau tshooj ntawv no, peb kawm txog tej zejzog.

1. Coj koj tus menyuam taug kev los sis tsav lub-fai ncig xyuas koj lub zejzog, es qhia txog tej neeg thiab tej chaw uas ua rau lub zos zoo thiab muaj npe.
2. Pab koj tus menyuam kos ib daim duab txog ib tug neeg ua haujlwm, tus neeg ntawm koj tog vaj tog tsev, los sis ib qho chaw ntawm nej lub zejzog.
3. Nco ntsoov hais koj tus menyuam nqa daim duab tuaj tom chav tsev kawmntawv.

Avenues TSAB XOVXWM

TSHOOJNTAWV 6 | Txog Peb Lub Zos

Koj Lub Zejzog

Nyob rau tshooj ntawv no, peb kawm txog tej zejzog.

1. Coj koj tus menyuam taug kev los sis tsav lub-fai ncig xyuas koj lub zejzog, es qhia txog tej neeg thiab tej chaw uas ua rau lub zos zoo thiab muaj npe.
2. Pab koj tus menyuam kos ib daim duab txog ib tug neeg ua haujlwm, tus neeg ntawm koj tog vaj tog tsev, los sis ib qho chaw ntawm nej lub zejzog.
3. Nco ntsoov hais koj tus menyuam nqa daim duab tuaj tom chav tsev kawmntawv.

BILTEN Avenues

SIZYÈM LESON | Kominote nou an

Katye lakay ou

Nan leson sa-a, nap aprann kichòy sou katye bò lakay nou.

1. Al fè yon ti pwomnad a pye oswa nan machin ak pitit ou nan katye bò lakay ou epi pale avèk li de bagay ak moun ki fè katye-w-lan espesyal.
2. Ede pitit ou a fè yon desen yon travayè espesyal, yon vwazen, oubyen yon kote nan katye-w-lan.
3. Fè pitit ou a sonje pote desen-an nan klas-la.

BILTEN Avenues

SIZYÈM LESON | Kominote nou an

Katye lakay ou

Nan leson sa-a, nap aprann kichòy sou katye bò lakay nou.

1. Al fè yon ti pwomnad a pye oswa nan machin ak pitit ou nan katye bò lakay ou epi pale avèk li de bagay ak moun ki fè katye-w-lan espesyal.
2. Ede pitit ou a fè yon desen yon travayè espesyal, yon vwazen, oubyen yon kote nan katye-w-lan.
3. Fè pitit ou a sonje pote desen-an nan klas-la.

BILTEN Avenues

SIZYÈM LESON | Kominote nou an

Katye lakay ou

Nan leson sa-a, nap aprann kichòy sou katye bò lakay nou.

1. Al fè yon ti pwomnad a pye oswa nan machin ak pitit ou nan katye bò lakay ou epi pale avèk li de bagay ak moun ki fè katye-w-lan espesyal.
2. Ede pitit ou a fè yon desen yon travayè espesyal, yon vwazen, oubyen yon kote nan katye-w-lan.
3. Fè pitit ou a sonje pote desen-an nan klas-la.

BILTEN Avenues

SIZYÈM LESON | Kominote nou an

Katye lakay ou

Nan leson sa-a, nap aprann kichòy sou katye bò lakay nou.

1. Al fè yon ti pwomnad a pye oswa nan machin ak pitit ou nan katye bò lakay ou epi pale avèk li de bagay ak moun ki fè katye-w-lan espesyal.
2. Ede pitit ou a fè yon desen yon travayè espesyal, yon vwazen, oubyen yon kote nan katye-w-lan.
3. Fè pitit ou a sonje pote desen-an nan klas-la.

Avenues NEWSLETTER

UNIT 7 Forest Friends

Animals Around the World

In this unit, we are learning about animals.

1. Tell your child about an animal that is native to your home country.
2. Help your child draw a picture of the animal. Write the animal's name and country on the picture.
3. Remind your child to bring the picture to class.

Avenues NEWSLETTER

UNIT 7 Forest Friends

Animals Around the World

In this unit, we are learning about animals.

1. Tell your child about an animal that is native to your home country.
2. Help your child draw a picture of the animal. Write the animal's name and country on the picture.
3. Remind your child to bring the picture to class.

Avenues NEWSLETTER

UNIT 7 Forest Friends

Animals Around the World

In this unit, we are learning about animals.

1. Tell your child about an animal that is native to your home country.
2. Help your child draw a picture of the animal. Write the animal's name and country on the picture.
3. Remind your child to bring the picture to class.

Avenues NEWSLETTER

UNIT 7 Forest Friends

Animals Around the World

In this unit, we are learning about animals.

1. Tell your child about an animal that is native to your home country.
2. Help your child draw a picture of the animal. Write the animal's name and country on the picture.
3. Remind your child to bring the picture to class.

BOLETÍN Avenues

UNIDAD 7 — **Animales del bosque**

Animales del mundo

En esta unidad, estamos aprendiendo sobre los animales.

1. Hablen con su niño o niña de un animal originario de su país natal.
2. Ayuden a su niño o niña a hacer un dibujo del animal. Escriban el nombre del animal y su país de origen.
3. Recuérdenle a su niño o niña que debe traer el dibujo a clase.

BOLETÍN Avenues

UNIDAD 7 — **Animales del bosque**

Animales del mundo

En esta unidad, estamos aprendiendo sobre los animales.

1. Hablen con su niño o niña de un animal originario de su país natal.
2. Ayuden a su niño o niña a hacer un dibujo del animal. Escriban el nombre del animal y su país de origen.
3. Recuérdenle a su niño o niña que debe traer el dibujo a clase.

BOLETÍN Avenues

UNIDAD 7 — **Animales del bosque**

Animales del mundo

En esta unidad, estamos aprendiendo sobre los animales.

1. Hablen con su niño o niña de un animal originario de su país natal.
2. Ayuden a su niño o niña a hacer un dibujo del animal. Escriban el nombre del animal y su país de origen.
3. Recuérdenle a su niño o niña que debe traer el dibujo a clase.

BOLETÍN Avenues

UNIDAD 7 — **Animales del bosque**

Animales del mundo

En esta unidad, estamos aprendiendo sobre los animales.

1. Hablen con su niño o niña de un animal originario de su país natal.
2. Ayuden a su niño o niña a hacer un dibujo del animal. Escriban el nombre del animal y su país de origen.
3. Recuérdenle a su niño o niña que debe traer el dibujo a clase.

TIN THƯ Avenues

TÍN CHỈ 7 — Những Người Bạn Trong Rừng

Thú Vật Khắp Nơi Trên Thế Giới

Trong tín chỉ này, chúng ta học về thú vật.

1. Nói với con em quý vị về một thú vật địa phương tại quê hương của quý vị.
2. Giúp con em quý vị vẽ một tấm hình về thú vật này. Viết tên con thú và tên đất nước vào tấm hình.
3. Nhắc con em của quý vị mang tấm hình này vào lớp học.

TIN THƯ Avenues

TÍN CHỈ 7 — Những Người Bạn Trong Rừng

Thú Vật Khắp Nơi Trên Thế Giới

Trong tín chỉ này, chúng ta học về thú vật.

1. Nói với con em quý vị về một thú vật địa phương tại quê hương của quý vị.
2. Giúp con em quý vị vẽ một tấm hình về thú vật này. Viết tên con thú và tên đất nước vào tấm hình.
3. Nhắc con em của quý vị mang tấm hình này vào lớp học.

TIN THƯ Avenues

TÍN CHỈ 7 — Những Người Bạn Trong Rừng

Thú Vật Khắp Nơi Trên Thế Giới

Trong tín chỉ này, chúng ta học về thú vật.

1. Nói với con em quý vị về một thú vật địa phương tại quê hương của quý vị.
2. Giúp con em quý vị vẽ một tấm hình về thú vật này. Viết tên con thú và tên đất nước vào tấm hình.
3. Nhắc con em của quý vị mang tấm hình này vào lớp học.

TIN THƯ Avenues

TÍN CHỈ 7 — Những Người Bạn Trong Rừng

Thú Vật Khắp Nơi Trên Thế Giới

Trong tín chỉ này, chúng ta học về thú vật.

1. Nói với con em quý vị về một thú vật địa phương tại quê hương của quý vị.
2. Giúp con em quý vị vẽ một tấm hình về thú vật này. Viết tên con thú và tên đất nước vào tấm hình.
3. Nhắc con em của quý vị mang tấm hình này vào lớp học.

Avenues 教育通讯

第七单元　　森林朋友

动物世界

我们将在这一单元里了解动物的世界。

1. 给你的孩子讲讲家乡的一种动物。
2. 帮孩子画出这一动物，并注明这种动物的名称和出产地。
3. 提醒孩子把画带到课堂上去。

Avenues 教育通讯

第七单元　　森林朋友

动物世界

我们将在这一单元里了解动物的世界。

1. 给你的孩子讲讲家乡的一种动物。
2. 帮孩子画出这一动物，并注明这种动物的名称和出产地。
3. 提醒孩子把画带到课堂上去。

Avenues 教育通讯

第七单元　　森林朋友

动物世界

我们将在这一单元里了解动物的世界。

1. 给你的孩子讲讲家乡的一种动物。
2. 帮孩子画出这一动物，并注明这种动物的名称和出产地。
3. 提醒孩子把画带到课堂上去。

Avenues 教育通讯

第七单元　　森林朋友

动物世界

我们将在这一单元里了解动物的世界。

1. 给你的孩子讲讲家乡的一种动物。
2. 帮孩子画出这一动物，并注明这种动物的名称和出产地。
3. 提醒孩子把画带到课堂上去。

Avenues 뉴스레터

유닛 7 　　　　　　　　　　　　　　　　숲 속의 친구들

전세계에 있는 동물들

이 유닛에서 우리는 동물들에 대하여 배웁니다.

1. 오직 한국에만 있는 동물에 대하여 자녀에게 얘기해 주십시오.
2. 그 동물을 그리도록 도와주십시오. 동물의 이름과 국가 이름을 그림에 적으십시오.
3. 그 그림을 클래스에 갖고 가도록 상기시키십시오.

Avenues 뉴스레터

유닛 7 　　　　　　　　　　　　　　　　숲 속의 친구들

전세계에 있는 동물들

이 유닛에서 우리는 동물들에 대하여 배웁니다.

1. 오직 한국에만 있는 동물에 대하여 자녀에게 얘기해 주십시오.
2. 그 동물을 그리도록 도와주십시오. 동물의 이름과 국가 이름을 그림에 적으십시오.
3. 그 그림을 클래스에 갖고 가도록 상기시키십시오.

Avenues 뉴스레터

유닛 7 　　　　　　　　　　　　　　　　숲 속의 친구들

전세계에 있는 동물들

이 유닛에서 우리는 동물들에 대하여 배웁니다.

1. 오직 한국에만 있는 동물에 대하여 자녀에게 얘기해 주십시오.
2. 그 동물을 그리도록 도와주십시오. 동물의 이름과 국가 이름을 그림에 적으십시오.
3. 그 그림을 클래스에 갖고 가도록 상기시키십시오.

Avenues 뉴스레터

유닛 7 　　　　　　　　　　　　　　　　숲 속의 친구들

전세계에 있는 동물들

이 유닛에서 우리는 동물들에 대하여 배웁니다.

1. 오직 한국에만 있는 동물에 대하여 자녀에게 얘기해 주십시오.
2. 그 동물을 그리도록 도와주십시오. 동물의 이름과 국가 이름을 그림에 적으십시오.
3. 그 그림을 클래스에 갖고 가도록 상기시키십시오.

Avenues Tsab Xovxwm

Phoojywg Tom Hav Zoov

TSHOOJNTAWV 7

Tsiaj Qhov Txhia Chaw Hauv Ntiajteb

Nyob rau tshooj ntawv no, peb kawm txog tsiaj.

1. Qhia koj tus menyuam txog ib tug tsiaj uas ib txhiab ib txhis muaj nyob rau koj tebchaws.
2. Pab koj tus menyuam kos ib daim duab txog tus nsiaj ntawd. Sau tus tsiaj lub npe thiab lub tebchaws rau hauv daim duab.
3. Nco ntsoov hais koj tus menyuam nqa daim duab tuaj tom chav tsev kawmntawv.

Avenues Tsab Xovxwm

Phoojywg Tom Hav Zoov

TSHOOJNTAWV 7

Tsiaj Qhov Txhia Chaw Hauv Ntiajteb

Nyob rau tshooj ntawv no, peb kawm txog tsiaj.

1. Qhia koj tus menyuam txog ib tug tsiaj uas ib txhiab ib txhis muaj nyob rau koj tebchaws.
2. Pab koj tus menyuam kos ib daim duab txog tus nsiaj ntawd. Sau tus tsiaj lub npe thiab lub tebchaws rau hauv daim duab.
3. Nco ntsoov hais koj tus menyuam nqa daim duab tuaj tom chav tsev kawmntawv.

Avenues Tsab Xovxwm

Phoojywg Tom Hav Zoov

TSHOOJNTAWV 7

Tsiaj Qhov Txhia Chaw Hauv Ntiajteb

Nyob rau tshooj ntawv no, peb kawm txog tsiaj.

1. Qhia koj tus menyuam txog ib tug tsiaj uas ib txhiab ib txhis muaj nyob rau koj tebchaws.
2. Pab koj tus menyuam kos ib daim duab txog tus nsiaj ntawd. Sau tus tsiaj lub npe thiab lub tebchaws rau hauv daim duab.
3. Nco ntsoov hais koj tus menyuam nqa daim duab tuaj tom chav tsev kawmntawv.

Avenues Tsab Xovxwm

Phoojywg Tom Hav Zoov

TSHOOJNTAWV 7

Tsiaj Qhov Txhia Chaw Hauv Ntiajteb

Nyob rau tshooj ntawv no, peb kawm txog tsiaj.

1. Qhia koj tus menyuam txog ib tug tsiaj uas ib txhiab ib txhis muaj nyob rau koj tebchaws.
2. Pab koj tus menyuam kos ib daim duab txog tus nsiaj ntawd. Sau tus tsiaj lub npe thiab lub tebchaws rau hauv daim duab.
3. Nco ntsoov hais koj tus menyuam nqa daim duab tuaj tom chav tsev kawmntawv.

BILTEN Avenues

SETYÈM LESON — Zanmi nan bwa

Bèt ki toupatou nan lemonn

Nan leson sa-a, nap aprann kichòy sou bèt ki egziste.

1. Pale ak pitit ou a de yon bèt ki soti nan peyi natif natal ou a.
2. Ede pitit ou a fè yon desen bèt-la. Ekri non bèt-la ak non peyi-a sou desen-an.
3. Fè pitit ou a sonje pote desen-an nan klas-la.

BILTEN Avenues

SETYÈM LESON — Zanmi nan bwa

Bèt ki toupatou nan lemonn

Nan leson sa-a, nap aprann kichòy sou bèt ki egziste.

1. Pale ak pitit ou a de yon bèt ki soti nan peyi natif natal ou a.
2. Ede pitit ou a fè yon desen bèt-la. Ekri non bèt-la ak non peyi-a sou desen-an.
3. Fè pitit ou a sonje pote desen-an nan klas-la.

BILTEN Avenues

SETYÈM LESON — Zanmi nan bwa

Bèt ki toupatou nan lemonn

Nan leson sa-a, nap aprann kichòy sou bèt ki egziste.

1. Pale ak pitit ou a de yon bèt ki soti nan peyi natif natal ou a.
2. Ede pitit ou a fè yon desen bèt-la. Ekri non bèt-la ak non peyi-a sou desen-an.
3. Fè pitit ou a sonje pote desen-an nan klas-la.

BILTEN Avenues

SETYÈM LESON — Zanmi nan bwa

Bèt ki toupatou nan lemonn

Nan leson sa-a, nap aprann kichòy sou bèt ki egziste.

1. Pale ak pitit ou a de yon bèt ki soti nan peyi natif natal ou a.
2. Ede pitit ou a fè yon desen bèt-la. Ekri non bèt-la ak non peyi-a sou desen-an.
3. Fè pitit ou a sonje pote desen-an nan klas-la.

Avenues NEWSLETTER

UNIT 8 | Rain or Shine

Sing About the Weather

In this unit, we are learning about weather.

1. Choose a rain song or other weather song in your home language.
2. Sing it together with your child.
3. Talk with your child about the weather outside today.

Avenues NEWSLETTER

UNIT 8 | Rain or Shine

Sing About the Weather

In this unit, we are learning about weather.

1. Choose a rain song or other weather song in your home language.
2. Sing it together with your child.
3. Talk with your child about the weather outside today.

Avenues NEWSLETTER

UNIT 8 | Rain or Shine

Sing About the Weather

In this unit, we are learning about weather.

1. Choose a rain song or other weather song in your home language.
2. Sing it together with your child.
3. Talk with your child about the weather outside today.

Avenues NEWSLETTER

UNIT 8 | Rain or Shine

Sing About the Weather

In this unit, we are learning about weather.

1. Choose a rain song or other weather song in your home language.
2. Sing it together with your child.
3. Talk with your child about the weather outside today.

UNIDAD 8

BOLETÍN Avenues

Llueva o truene

Canciones del tiempo

En esta unidad, estamos aprendiendo acerca del tiempo (la lluvia, la nieve, el viento, etc.).

1. Escojan una canción, en su idioma natal, que tenga que ver con la lluvia u otro elemento del tiempo.
2. Cántenla con su niño o niña.
3. Hablen con su niño o niña acerca del tiempo que hace hoy: si hay lluvia o sol; si hace frío o calor.

UNIDAD 8

BOLETÍN Avenues

Llueva o truene

Canciones del tiempo

En esta unidad, estamos aprendiendo acerca del tiempo (la lluvia, la nieve, el viento, etc.).

1. Escojan una canción, en su idioma natal, que tenga que ver con la lluvia u otro elemento del tiempo.
2. Cántenla con su niño o niña.
3. Hablen con su niño o niña acerca del tiempo que hace hoy: si hay lluvia o sol; si hace frío o calor.

UNIDAD 8

BOLETÍN Avenues

Llueva o truene

Canciones del tiempo

En esta unidad, estamos aprendiendo acerca del tiempo (la lluvia, la nieve, el viento, etc.).

1. Escojan una canción, en su idioma natal, que tenga que ver con la lluvia u otro elemento del tiempo.
2. Cántenla con su niño o niña.
3. Hablen con su niño o niña acerca del tiempo que hace hoy: si hay lluvia o sol; si hace frío o calor.

UNIDAD 8

BOLETÍN Avenues

Llueva o truene

Canciones del tiempo

En esta unidad, estamos aprendiendo acerca del tiempo (la lluvia, la nieve, el viento, etc.).

1. Escojan una canción, en su idioma natal, que tenga que ver con la lluvia u otro elemento del tiempo.
2. Cántenla con su niño o niña.
3. Hablen con su niño o niña acerca del tiempo que hace hoy: si hay lluvia o sol; si hace frío o calor.

TIN THƯ Avenues

TÍN CHỈ 8

Mưa Hay Chiếu Sáng

Hát Về Thời Tiết

Trong tín chỉ này, chúng ta học về thời tiết.

1. Chọn một bài hát về mưa hay bài hát về một loại thời tiết khác bằng tiếng mẹ đẻ của quý vị.
2. Hát bài hát này cùng với con em của quý vị.
3. Nói với con em của quý vị về thời tiết bên ngoài ngày hôm nay.

TIN THƯ Avenues
TÍN CHỈ 8
Mưa Hay Chiếu Sáng
Hát Về Thời Tiết
Trong tín chỉ này, chúng ta học về thời tiết.
1. Chọn một bài hát về mưa hay bài hát về một loại thời tiết khác bằng tiếng mẹ đẻ của quý vị.
2. Hát bài hát này cùng với con em của quý vị.
3. Nói với con em của quý vị về thời tiết bên ngoài ngày hôm nay.

TIN THƯ Avenues
TÍN CHỈ 8
Mưa Hay Chiếu Sáng
Hát Về Thời Tiết
Trong tín chỉ này, chúng ta học về thời tiết.
1. Chọn một bài hát về mưa hay bài hát về một loại thời tiết khác bằng tiếng mẹ đẻ của quý vị.
2. Hát bài hát này cùng với con em của quý vị.
3. Nói với con em của quý vị về thời tiết bên ngoài ngày hôm nay.

TIN THƯ Avenues
TÍN CHỈ 8
Mưa Hay Chiếu Sáng
Hát Về Thời Tiết
Trong tín chỉ này, chúng ta học về thời tiết.
1. Chọn một bài hát về mưa hay bài hát về một loại thời tiết khác bằng tiếng mẹ đẻ của quý vị.
2. Hát bài hát này cùng với con em của quý vị.
3. Nói với con em của quý vị về thời tiết bên ngoài ngày hôm nay.

Avenues 教育通讯

第八单元 晴天雨天

气象歌谣

我们将在这一单元里学习气象知识。

1. 挑选一首来自你的母语的下雨歌或其它气象歌。
2. 与你的孩子同唱这首歌。
3. 再与孩子讨论一下当天的天气。

Avenues 教育通讯

第八单元 晴天雨天

气象歌谣

我们将在这一单元里学习气象知识。

1. 挑选一首来自你的母语的下雨歌或其它气象歌。
2. 与你的孩子同唱这首歌。
3. 再与孩子讨论一下当天的天气。

Avenues 教育通讯

第八单元 晴天雨天

气象歌谣

我们将在这一单元里学习气象知识。

1. 挑选一首来自你的母语的下雨歌或其它气象歌。
2. 与你的孩子同唱这首歌。
3. 再与孩子讨论一下当天的天气。

Avenues 教育通讯

第八单元 晴天雨天

气象歌谣

我们将在这一单元里学习气象知识。

1. 挑选一首来自你的母语的下雨歌或其它气象歌。
2. 与你的孩子同唱这首歌。
3. 再与孩子讨论一下当天的天气。

Avenues 뉴스레터

유닛 8 비 또는 맑은 날

날씨에 관련된 노래

이 유닛에서 우리는 날씨에 대하여 배웁니다.

1. 비와 관계된 또는 다른 날씨와 관련된 한국어 노래를 선택하세요.
2. 자녀와 함께 노래하세요.
3. 오늘 바깥 날씨에 대하여 자녀와 얘기하세요.

Avenues 뉴스레터

유닛 8 비 또는 맑은 날

날씨에 관련된 노래

이 유닛에서 우리는 날씨에 대하여 배웁니다.

1. 비와 관계된 또는 다른 날씨와 관련된 한국어 노래를 선택하세요.
2. 자녀와 함께 노래하세요.
3. 오늘 바깥 날씨에 대하여 자녀와 얘기하세요.

Avenues 뉴스레터

유닛 8 비 또는 맑은 날

날씨에 관련된 노래

이 유닛에서 우리는 날씨에 대하여 배웁니다.

1. 비와 관계된 또는 다른 날씨와 관련된 한국어 노래를 선택하세요.
2. 자녀와 함께 노래하세요.
3. 오늘 바깥 날씨에 대하여 자녀와 얘기하세요.

Avenues 뉴스레터

유닛 8 비 또는 맑은 날

날씨에 관련된 노래

이 유닛에서 우리는 날씨에 대하여 배웁니다.

1. 비와 관계된 또는 다른 날씨와 관련된 한국어 노래를 선택하세요.
2. 자녀와 함께 노래하세요.
3. 오늘 바깥 날씨에 대하여 자녀와 얘기하세요.

Avenues TSAB XOVXWM

TSHOOJNTAWV 8 Los Nag los sis Tshav Ntuj

Hu Nkauj Txog Huab Cua

Nyob rau tshooj ntawv no, peb kawm txog huab cua.

1. Xaiv ib zaj nkauj hais txog nag los sis hais txog huab cua uas yog koj yam lus.
2. Nrog koj tus menyuam muab zaj nkauj ntawd kawm hu ua ke.
3. Tham nrog koj tus menyuam txog tej huab cua hnub no nraum zoov.

Avenues TSAB XOVXWM

TSHOOJNTAWV 8 Los Nag los sis Tshav Ntuj

Hu Nkauj Txog Huab Cua

Nyob rau tshooj ntawv no, peb kawm txog huab cua.

1. Xaiv ib zaj nkauj hais txog nag los sis hais txog huab cua uas yog koj yam lus.
2. Nrog koj tus menyuam muab zaj nkauj ntawd kawm hu ua ke.
3. Tham nrog koj tus menyuam txog tej huab cua hnub no nraum zoov.

Avenues TSAB XOVXWM

TSHOOJNTAWV 8 Los Nag los sis Tshav Ntuj

Hu Nkauj Txog Huab Cua

Nyob rau tshooj ntawv no, peb kawm txog huab cua.

1. Xaiv ib zaj nkauj hais txog nag los sis hais txog huab cua uas yog koj yam lus.
2. Nrog koj tus menyuam muab zaj nkauj ntawd kawm hu ua ke.
3. Tham nrog koj tus menyuam txog tej huab cua hnub no nraum zoov.

Avenues TSAB XOVXWM

TSHOOJNTAWV 8 Los Nag los sis Tshav Ntuj

Hu Nkauj Txog Huab Cua

Nyob rau tshooj ntawv no, peb kawm txog huab cua.

1. Xaiv ib zaj nkauj hais txog nag los sis hais txog huab cua uas yog koj yam lus.
2. Nrog koj tus menyuam muab zaj nkauj ntawd kawm hu ua ke.
3. Tham nrog koj tus menyuam txog tej huab cua hnub no nraum zoov.

BILTEN Avenues

UITYÈM LESON

Kit gen lapli kit gen solèy

Chante yon ti chante sou tan-an

Nan leson sa-a, nap aprann kichòy sou tan-an.

1. Chache yon ti chante nan lang manman w ki pale de lapli oswa de tan-an.
2. Chante ti chante sa-a ak pitit ou.
3. Pale ak pitit ou de tan li fè jodiya deyò-a.

BILTEN Avenues

UITYÈM LESON

Kit gen lapli kit gen solèy

Chante yon ti chante sou tan-an

Nan leson sa-a, nap aprann kichòy sou tan-an.

1. Chache yon ti chante nan lang manman w ki pale de lapli oswa de tan-an.
2. Chante ti chante sa-a ak pitit ou.
3. Pale ak pitit ou de tan li fè jodiya deyò-a.

BILTEN Avenues

UITYÈM LESON

Kit gen lapli kit gen solèy

Chante yon ti chante sou tan-an

Nan leson sa-a, nap aprann kichòy sou tan-an.

1. Chache yon ti chante nan lang manman w ki pale de lapli oswa de tan-an.
2. Chante ti chante sa-a ak pitit ou.
3. Pale ak pitit ou de tan li fè jodiya deyò-a.

BILTEN Avenues

UITYÈM LESON

Kit gen lapli kit gen solèy

Chante yon ti chante sou tan-an

Nan leson sa-a, nap aprann kichòy sou tan-an.

1. Chache yon ti chante nan lang manman w ki pale de lapli oswa de tan-an.
2. Chante ti chante sa-a ak pitit ou.
3. Pale ak pitit ou de tan li fè jodiya deyò-a.

All Year Long

Avenues NEWSLETTER

UNIT 9

Summer Fun

In this unit, we are learning about seasons.

1. Talk with your child about holidays or special events that happen in the summer.
2. Find a photo of the event. The photo could be your own or from a magazine or the Internet. Write the name of the event on the back of the photo.
3. Remind your child to bring the photo to class.

All Year Long

Avenues NEWSLETTER

UNIT 9

Summer Fun

In this unit, we are learning about seasons.

1. Talk with your child about holidays or special events that happen in the summer.
2. Find a photo of the event. The photo could be your own or from a magazine or the Internet. Write the name of the event on the back of the photo.
3. Remind your child to bring the photo to class.

All Year Long

Avenues NEWSLETTER

UNIT 9

Summer Fun

In this unit, we are learning about seasons.

1. Talk with your child about holidays or special events that happen in the summer.
2. Find a photo of the event. The photo could be your own or from a magazine or the Internet. Write the name of the event on the back of the photo.
3. Remind your child to bring the photo to class.

All Year Long

Avenues NEWSLETTER

UNIT 9

Summer Fun

In this unit, we are learning about seasons.

1. Talk with your child about holidays or special events that happen in the summer.
2. Find a photo of the event. The photo could be your own or from a magazine or the Internet. Write the name of the event on the back of the photo.
3. Remind your child to bring the photo to class.

UNIDAD 9 — El año entero

BOLETÍN Avenues

En pleno verano

En esta unidad, estamos aprendiendo sobre las estaciones del año.

1. Hablen con su niño o niña acerca de los días festivos u otras ocasiones especiales que ocurren en verano.
2. Hallen una foto de una de esas fiestas u ocasiones. Puede ser su propia foto, o una de una revista o de la Internet. Identifique la ocasión al dorso de la foto.
3. Recuérdenle a su niño o niña que debe traer la foto a clase.

UNIDAD 9 — El año entero

BOLETÍN Avenues

En pleno verano

En esta unidad, estamos aprendiendo sobre las estaciones del año.

1. Hablen con su niño o niña acerca de los días festivos u otras ocasiones especiales que ocurren en verano.
2. Hallen una foto de una de esas fiestas u ocasiones. Puede ser su propia foto, o una de una revista o de la Internet. Identifique la ocasión al dorso de la foto.
3. Recuérdenle a su niño o niña que debe traer la foto a clase.

UNIDAD 9 — El año entero

BOLETÍN Avenues

En pleno verano

En esta unidad, estamos aprendiendo sobre las estaciones del año.

1. Hablen con su niño o niña acerca de los días festivos u otras ocasiones especiales que ocurren en verano.
2. Hallen una foto de una de esas fiestas u ocasiones. Puede ser su propia foto, o una de una revista o de la Internet. Identifique la ocasión al dorso de la foto.
3. Recuérdenle a su niño o niña que debe traer la foto a clase.

UNIDAD 9 — El año entero

BOLETÍN Avenues

En pleno verano

En esta unidad, estamos aprendiendo sobre las estaciones del año.

1. Hablen con su niño o niña acerca de los días festivos u otras ocasiones especiales que ocurren en verano.
2. Hallen una foto de una de esas fiestas u ocasiones. Puede ser su propia foto, o una de una revista o de la Internet. Identifique la ocasión al dorso de la foto.
3. Recuérdenle a su niño o niña que debe traer la foto a clase.

TIN THƯ Avenues

TÍN CHỈ 9

Suốt Cả Năm

Niềm Vui Mùa Hè

Trong tín chỉ này, chúng ta học về các mùa trong năm.

1. Nói với con em của quý vị về các ngày lễ hay những sinh hoạt đặc biệt xảy ra trong mùa hè.
2. Tìm một tấm ảnh về sinh hoạt này. Tấm ảnh có thể là ảnh riêng của quý vị hay cắt ra từ một tạp chí hay lấy xuống từ liên mạng internet. Viết tên của sinh hoạt trên mặt sau của tấm ảnh.
3. Nhắc con của quý vị mang tấm ảnh này vào lớp học.

TIN THƯ Avenues

TÍN CHỈ 9

Suốt Cả Năm

Niềm Vui Mùa Hè

Trong tín chỉ này, chúng ta học về các mùa trong năm.

1. Nói với con em của quý vị về các ngày lễ hay những sinh hoạt đặc biệt xảy ra trong mùa hè.
2. Tìm một tấm ảnh về sinh hoạt này. Tấm ảnh có thể là ảnh riêng của quý vị hay cắt ra từ một tạp chí hay lấy xuống từ liên mạng internet. Viết tên của sinh hoạt trên mặt sau của tấm ảnh.
3. Nhắc con của quý vị mang tấm ảnh này vào lớp học.

TIN THƯ Avenues

TÍN CHỈ 9

Suốt Cả Năm

Niềm Vui Mùa Hè

Trong tín chỉ này, chúng ta học về các mùa trong năm.

1. Nói với con em của quý vị về các ngày lễ hay những sinh hoạt đặc biệt xảy ra trong mùa hè.
2. Tìm một tấm ảnh về sinh hoạt này. Tấm ảnh có thể là ảnh riêng của quý vị hay cắt ra từ một tạp chí hay lấy xuống từ liên mạng internet. Viết tên của sinh hoạt trên mặt sau của tấm ảnh.
3. Nhắc con của quý vị mang tấm ảnh này vào lớp học.

TIN THƯ Avenues

TÍN CHỈ 9

Suốt Cả Năm

Niềm Vui Mùa Hè

Trong tín chỉ này, chúng ta học về các mùa trong năm.

1. Nói với con em của quý vị về các ngày lễ hay những sinh hoạt đặc biệt xảy ra trong mùa hè.
2. Tìm một tấm ảnh về sinh hoạt này. Tấm ảnh có thể là ảnh riêng của quý vị hay cắt ra từ một tạp chí hay lấy xuống từ liên mạng internet. Viết tên của sinh hoạt trên mặt sau của tấm ảnh.
3. Nhắc con của quý vị mang tấm ảnh này vào lớp học.

Avenues 教育通讯

第九单元 四季年年

夏的情趣

我们将在这一单元学习有关季节的知识。

1. 与孩子谈谈在夏天里的各种节日或有意义的活动。
2. 找出一张节日或活动的照片，它可以是你自己拍摄的，或采自杂志或因特网。把这一事件的名称写在照片的后面。
3. 提醒孩子把这张照片带到课堂上去。

Avenues 教育通讯

第九单元 四季年年

夏的情趣

我们将在这一单元学习有关季节的知识。

1. 与孩子谈谈在夏天里的各种节日或有意义的活动。
2. 找出一张节日或活动的照片，它可以是你自己拍摄的，或采自杂志或因特网。把这一事件的名称写在照片的后面。
3. 提醒孩子把这张照片带到课堂上去。

Avenues 教育通讯

第九单元 四季年年

夏的情趣

我们将在这一单元学习有关季节的知识。

1. 与孩子谈谈在夏天里的各种节日或有意义的活动。
2. 找出一张节日或活动的照片，它可以是你自己拍摄的，或采自杂志或因特网。把这一事件的名称写在照片的后面。
3. 提醒孩子把这张照片带到课堂上去。

Avenues 教育通讯

第九单元 四季年年

夏的情趣

我们将在这一单元学习有关季节的知识。

1. 与孩子谈谈在夏天里的各种节日或有意义的活动。
2. 找出一张节日或活动的照片，它可以是你自己拍摄的，或采自杂志或因特网。把这一事件的名称写在照片的后面。
3. 提醒孩子把这张照片带到课堂上去。

Avenues 뉴스레터

유닛 9 일년내내

즐거운 여름

이 유닛에서 우리는 계절에 대하여 배웁니다.

1. 여름에 있는 명절이나 특별한 행사에 대하여 자녀와 얘기하세요.
2. 그런 행사 때 찍은 사진을 찾으세요. 직접 찍은 사진일 수도 있고 잡지나 인터넷에서 뽑은 것도 됩니다. 사진 위에 어떤 행사인지 적으세요.
3. 그 사진을 클래스에 갖고 가도록 상기시키십시오.

Avenues 뉴스레터

유닛 9 일년내내

즐거운 여름

이 유닛에서 우리는 계절에 대하여 배웁니다.

1. 여름에 있는 명절이나 특별한 행사에 대하여 자녀와 얘기하세요.
2. 그런 행사 때 찍은 사진을 찾으세요. 직접 찍은 사진일 수도 있고 잡지나 인터넷에서 뽑은 것도 됩니다. 사진 위에 어떤 행사인지 적으세요.
3. 그 사진을 클래스에 갖고 가도록 상기시키십시오.

Avenues 뉴스레터

유닛 9 일년내내

즐거운 여름

이 유닛에서 우리는 계절에 대하여 배웁니다.

1. 여름에 있는 명절이나 특별한 행사에 대하여 자녀와 얘기하세요.
2. 그런 행사 때 찍은 사진을 찾으세요. 직접 찍은 사진일 수도 있고 잡지나 인터넷에서 뽑은 것도 됩니다. 사진 위에 어떤 행사인지 적으세요.
3. 그 사진을 클래스에 갖고 가도록 상기시키십시오.

Avenues 뉴스레터

유닛 9 일년내내

즐거운 여름

이 유닛에서 우리는 계절에 대하여 배웁니다.

1. 여름에 있는 명절이나 특별한 행사에 대하여 자녀와 얘기하세요.
2. 그런 행사 때 찍은 사진을 찾으세요. 직접 찍은 사진일 수도 있고 잡지나 인터넷에서 뽑은 것도 됩니다. 사진 위에 어떤 행사인지 적으세요.
3. 그 사진을 클래스에 갖고 가도록 상기시키십시오.

Avenues Tsab Xovxwm

TSHOOJNTAWV 9 — Thawm Niaj Thawm Xyoo

Kev Lomzem Thaum Caij Ntuj So

Nyob rau tshooj ntawv no, peb kawm txog caij ntuj nyoog.

1. Tham nrog koj tus menyuam txog hnub nyob so los sis tej tseemceeb ua nyob rau caij ntuj so.
2. Nrhiav ib daim duab qhia txog tej nej ua thaum ntuj so – siv koj daim duab kiag los sis muab hauv mas-nkas-zees thiab internet siv los tau. Sau nram qab daim duab qhia saib tej ua ntawd hu li cas.
3. Nco ntsoov hais koj tus menyuam nqa daim duab tuaj tom chav tsev kawmntawv.

Avenues Tsab Xovxwm

TSHOOJNTAWV 9 — Thawm Niaj Thawm Xyoo

Kev Lomzem Thaum Caij Ntuj So

Nyob rau tshooj ntawv no, peb kawm txog caij ntuj nyoog.

1. Tham nrog koj tus menyuam txog hnub nyob so los sis tej tseemceeb ua nyob rau caij ntuj so.
2. Nrhiav ib daim duab qhia txog tej nej ua thaum ntuj so – siv koj daim duab kiag los sis muab hauv mas-nkas-zees thiab internet siv los tau. Sau nram qab daim duab qhia saib tej ua ntawd hu li cas.
3. Nco ntsoov hais koj tus menyuam nqa daim duab tuaj tom chav tsev kawmntawv.

Avenues Tsab Xovxwm

TSHOOJNTAWV 9 — Thawm Niaj Thawm Xyoo

Kev Lomzem Thaum Caij Ntuj So

Nyob rau tshooj ntawv no, peb kawm txog caij ntuj nyoog.

1. Tham nrog koj tus menyuam txog hnub nyob so los sis tej tseemceeb ua nyob rau caij ntuj so.
2. Nrhiav ib daim duab qhia txog tej nej ua thaum ntuj so – siv koj daim duab kiag los sis muab hauv mas-nkas-zees thiab internet siv los tau. Sau nram qab daim duab qhia saib tej ua ntawd hu li cas.
3. Nco ntsoov hais koj tus menyuam nqa daim duab tuaj tom chav tsev kawmntawv.

Avenues Tsab Xovxwm

TSHOOJNTAWV 9 — Thawm Niaj Thawm Xyoo

Kev Lomzem Thaum Caij Ntuj So

Nyob rau tshooj ntawv no, peb kawm txog caij ntuj nyoog.

1. Tham nrog koj tus menyuam txog hnub nyob so los sis tej tseemceeb ua nyob rau caij ntuj so.
2. Nrhiav ib daim duab qhia txog tej nej ua thaum ntuj so – siv koj daim duab kiag los sis muab hauv mas-nkas-zees thiab internet siv los tau. Sau nram qab daim duab qhia saib tej ua ntawd hu li cas.
3. Nco ntsoov hais koj tus menyuam nqa daim duab tuaj tom chav tsev kawmntawv.

Pandan tout ane-a

BILTEN Avenues

NEVYÈM LESON

Plezi pandan sezon lete

Nan leson sa-a, nap aprann kichòy sou sezon-yo.

1. Pale ak pitit ou de fèt oubyen lòt evènman espesyal ki genyen pandan sezon lete.
2. Chache yon foto evènman-an. Foto sa-a gen dwa pwòp foto ou oswa yon foto ki soti nan yon revi oswa sou Entènèt-la. Ekri non fèt sa-a nan do foto-a.
3. Fè pitit ou a sonje pote foto-a nan klas-la.

Pandan tout ane-a

BILTEN Avenues

NEVYÈM LESON

Plezi pandan sezon lete

Nan leson sa-a, nap aprann kichòy sou sezon-yo.

1. Pale ak pitit ou de fèt oubyen lòt evènman espesyal ki genyen pandan sezon lete.
2. Chache yon foto evènman-an. Foto sa-a gen dwa pwòp foto ou oswa yon foto ki soti nan yon revi oswa sou Entènèt-la. Ekri non fèt sa-a nan do foto-a.
3. Fè pitit ou a sonje pote foto-a nan klas-la.

Pandan tout ane-a

BILTEN Avenues

NEVYÈM LESON

Plezi pandan sezon lete

Nan leson sa-a, nap aprann kichòy sou sezon-yo.

1. Pale ak pitit ou de fèt oubyen lòt evènman espesyal ki genyen pandan sezon lete.
2. Chache yon foto evènman-an. Foto sa-a gen dwa pwòp foto ou oswa yon foto ki soti nan yon revi oswa sou Entènèt-la. Ekri non fèt sa-a nan do foto-a.
3. Fè pitit ou a sonje pote foto-a nan klas-la.

Pandan tout ane-a

BILTEN Avenues

NEVYÈM LESON

Plezi pandan sezon lete

Nan leson sa-a, nap aprann kichòy sou sezon-yo.

1. Pale ak pitit ou de fèt oubyen lòt evènman espesyal ki genyen pandan sezon lete.
2. Chache yon foto evènman-an. Foto sa-a gen dwa pwòp foto ou oswa yon foto ki soti nan yon revi oswa sou Entènèt-la. Ekri non fèt sa-a nan do foto-a.
3. Fè pitit ou a sonje pote foto-a nan klas-la.

Avenues NEWSLETTER

UNIT 10 — Away We Grow!

Favorite Food Plants

In this unit, we are learning about plants.

1. Choose a favorite fruit or vegetable for your child to bring to class.
2. Find a photo of the plant or tree it grows on—or draw it yourself.
3. Have your child bring the fruit or vegetable, and the photo or drawing, to class.

Avenues NEWSLETTER

UNIT 10 — Away We Grow!

Favorite Food Plants

In this unit, we are learning about plants.

1. Choose a favorite fruit or vegetable for your child to bring to class.
2. Find a photo of the plant or tree it grows on—or draw it yourself.
3. Have your child bring the fruit or vegetable, and the photo or drawing, to class.

Avenues NEWSLETTER

UNIT 10 — Away We Grow!

Favorite Food Plants

In this unit, we are learning about plants.

1. Choose a favorite fruit or vegetable for your child to bring to class.
2. Find a photo of the plant or tree it grows on—or draw it yourself.
3. Have your child bring the fruit or vegetable, and the photo or drawing, to class.

Avenues NEWSLETTER

UNIT 10 — Away We Grow!

Favorite Food Plants

In this unit, we are learning about plants.

1. Choose a favorite fruit or vegetable for your child to bring to class.
2. Find a photo of the plant or tree it grows on—or draw it yourself.
3. Have your child bring the fruit or vegetable, and the photo or drawing, to class.

UNIDAD 10 El mundo de las plantas

BOLETÍN Avenues

Comidas que nos dan las plantas

En esta unidad, estamos aprendiendo sobre las plantas.

1. Escojan una fruta o vegetal favorito para que su niño o niña traiga a clase.
2. Hallen una foto de la planta o árbol que da esa fruta o vegetal. Si no es posible hallar la foto, hagan un dibujo.
3. Envíen la fruta o vegetal a clase con su niño o niña. Envíen también la foto o el dibujo.

UNIDAD 10 El mundo de las plantas

BOLETÍN Avenues

Comidas que nos dan las plantas

En esta unidad, estamos aprendiendo sobre las plantas.

1. Escojan una fruta o vegetal favorito para que su niño o niña traiga a clase.
2. Hallen una foto de la planta o árbol que da esa fruta o vegetal. Si no es posible hallar la foto, hagan un dibujo.
3. Envíen la fruta o vegetal a clase con su niño o niña. Envíen también la foto o el dibujo.

UNIDAD 10 El mundo de las plantas

BOLETÍN Avenues

Comidas que nos dan las plantas

En esta unidad, estamos aprendiendo sobre las plantas.

1. Escojan una fruta o vegetal favorito para que su niño o niña traiga a clase.
2. Hallen una foto de la planta o árbol que da esa fruta o vegetal. Si no es posible hallar la foto, hagan un dibujo.
3. Envíen la fruta o vegetal a clase con su niño o niña. Envíen también la foto o el dibujo.

UNIDAD 10 El mundo de las plantas

BOLETÍN Avenues

Comidas que nos dan las plantas

En esta unidad, estamos aprendiendo sobre las plantas.

1. Escojan una fruta o vegetal favorito para que su niño o niña traiga a clase.
2. Hallen una foto de la planta o árbol que da esa fruta o vegetal. Si no es posible hallar la foto, hagan un dibujo.
3. Envíen la fruta o vegetal a clase con su niño o niña. Envíen también la foto o el dibujo.

Chúng Ta Lớn Rồi!

TIN THƯ Avenues

TÍN CHỈ 10

Rau Cải Ưa Thích

Trong tín chỉ này, chúng ta học về thực vật.

1. Chọn một trái cây hay rau cải ưa thích để con em của quý vị mang vào lớp học.
2. Tìm một tấm ảnh về cây rau cải hay cây của loại trái cây đó—hay quý vị tự vẽ lấy.
3. Bảo con em của quý vị mang trái cây hay rau cải, và tấm ảnh hay tấm hình quý vị vẽ vào lớp học.

Chúng Ta Lớn Rồi!
TIN THƯ Avenues
TÍN CHỈ 10
Rau Cải Ưa Thích
Trong tín chỉ này, chúng ta học về thực vật.
1. Chọn một trái cây hay rau cải ưa thích để con em của quý vị mang vào lớp học.
2. Tìm một tấm ảnh về cây rau cải hay cây của loại trái cây đó—hay quý vị tự vẽ lấy.
3. Bảo con em của quý vị mang trái cây hay rau cải, và tấm ảnh hay tấm hình quý vị vẽ vào lớp học.

Chúng Ta Lớn Rồi!
TIN THƯ Avenues
TÍN CHỈ 10
Rau Cải Ưa Thích
Trong tín chỉ này, chúng ta học về thực vật.
1. Chọn một trái cây hay rau cải ưa thích để con em của quý vị mang vào lớp học.
2. Tìm một tấm ảnh về cây rau cải hay cây của loại trái cây đó—hay quý vị tự vẽ lấy.
3. Bảo con em của quý vị mang trái cây hay rau cải, và tấm ảnh hay tấm hình quý vị vẽ vào lớp học.

Chúng Ta Lớn Rồi!
TIN THƯ Avenues
TÍN CHỈ 10
Rau Cải Ưa Thích
Trong tín chỉ này, chúng ta học về thực vật.
1. Chọn một trái cây hay rau cải ưa thích để con em của quý vị mang vào lớp học.
2. Tìm một tấm ảnh về cây rau cải hay cây của loại trái cây đó—hay quý vị tự vẽ lấy.
3. Bảo con em của quý vị mang trái cây hay rau cải, và tấm ảnh hay tấm hình quý vị vẽ vào lớp học.

Avenues 教育通讯

第十单元 茁壮成长

瓜果蔬菜人人爱

我们将在这一单元里学习植物。

1. 让你的孩子选择他们最喜爱的水果或蔬菜带到课堂来。
2. 找一张所选的水果或蔬菜生长时的照片，或者干脆自己画一张。
3. 让你的孩子上课时把所选的水果或蔬菜与它的图片一起带到课堂上去。

Avenues 教育通讯

第十单元 茁壮成长

瓜果蔬菜人人爱

我们将在这一单元里学习植物。

1. 让你的孩子选择他们最喜爱的水果或蔬菜带到课堂来。
2. 找一张所选的水果或蔬菜生长时的照片，或者干脆自己画一张。
3. 让你的孩子上课时把所选的水果或蔬菜与它的图片一起带到课堂上去。

Avenues 教育通讯

第十单元 茁壮成长

瓜果蔬菜人人爱

我们将在这一单元里学习植物。

1. 让你的孩子选择他们最喜爱的水果或蔬菜带到课堂来。
2. 找一张所选的水果或蔬菜生长时的照片，或者干脆自己画一张。
3. 让你的孩子上课时把所选的水果或蔬菜与它的图片一起带到课堂上去。

Avenues 教育通讯

第十单元 茁壮成长

瓜果蔬菜人人爱

我们将在这一单元里学习植物。

1. 让你的孩子选择他们最喜爱的水果或蔬菜带到课堂来。
2. 找一张所选的水果或蔬菜生长时的照片，或者干脆自己画一张。
3. 让你的孩子上课时把所选的水果或蔬菜与它的图片一起带到课堂上去。

Avenues 뉴스레터

유닛 10 쑥쑥 자라기

좋아하는 과일과 채소

이 유닛에서 우리는 과일과 채소에 대하여 배웁니다.

1. 자녀가 좋아하는 과일이나 채소를 골라 클래스에 갖고 가도록 하십시오.
2. 그 과일이나 채소가 자라는 식물이나 나무의 사진을 찾아서 직접 그리십시오.
3. 그 과일이나 채소 그리고 사진이나 그림을 클래스에 갖고 가라고 하십시오.

Avenues 뉴스레터

유닛 10 쑥쑥 자라기

좋아하는 과일과 채소

이 유닛에서 우리는 과일과 채소에 대하여 배웁니다.

1. 자녀가 좋아하는 과일이나 채소를 골라 클래스에 갖고 가도록 하십시오.
2. 그 과일이나 채소가 자라는 식물이나 나무의 사진을 찾아서 직접 그리십시오.
3. 그 과일이나 채소 그리고 사진이나 그림을 클래스에 갖고 가라고 하십시오.

Avenues 뉴스레터

유닛 10 쑥쑥 자라기

좋아하는 과일과 채소

이 유닛에서 우리는 과일과 채소에 대하여 배웁니다.

1. 자녀가 좋아하는 과일이나 채소를 골라 클래스에 갖고 가도록 하십시오.
2. 그 과일이나 채소가 자라는 식물이나 나무의 사진을 찾아서 직접 그리십시오.
3. 그 과일이나 채소 그리고 사진이나 그림을 클래스에 갖고 가라고 하십시오.

Avenues 뉴스레터

유닛 10 쑥쑥 자라기

좋아하는 과일과 채소

이 유닛에서 우리는 과일과 채소에 대하여 배웁니다.

1. 자녀가 좋아하는 과일이나 채소를 골라 클래스에 갖고 가도록 하십시오.
2. 그 과일이나 채소가 자라는 식물이나 나무의 사진을 찾아서 직접 그리십시오.
3. 그 과일이나 채소 그리고 사진이나 그림을 클래스에 갖고 가라고 하십시오.

Avenues Tsab Xovxwm

TSHOOJNTAWV 10 Tej Peb Cog!

Hom Zaubmov Nroj Tsuag Uas Nyiam Tshaj

Nyob rau tshooj ntawv no, peb kawm txog nroj tsuag.

1. Xaiv ib hom txiv hmab txiv ntoo los sis zaub rau koj tus menyuam nqa tuaj tom nws chav tsev kawmntawv.
2. Nrhiav ib daim duab txog rob nroj tsuag los sis rob ntoo uas txi lub txiv los sis hlav hom zaub no–tsis li los koj kos ib daim duab txog rob ntoo los sis rob zaub tuaj los tau.
3. Hais kom koj tus menyuam nqa lub txiv los sis qhov zaub, thiab daim duab los sis daim koj kos tuaj tom nws chav tsev kawmntawv.

Avenues Tsab Xovxwm

TSHOOJNTAWV 10 Tej Peb Cog!

Hom Zaubmov Nroj Tsuag Uas Nyiam Tshaj

Nyob rau tshooj ntawv no, peb kawm txog nroj tsuag.

1. Xaiv ib hom txiv hmab txiv ntoo los sis zaub rau koj tus menyuam nqa tuaj tom nws chav tsev kawmntawv.
2. Nrhiav ib daim duab txog rob nroj tsuag los sis rob ntoo uas txi lub txiv los sis hlav hom zaub no–tsis li los koj kos ib daim duab txog rob ntoo los sis rob zaub tuaj los tau.
3. Hais kom koj tus menyuam nqa lub txiv los sis qhov zaub, thiab daim duab los sis daim koj kos tuaj tom nws chav tsev kawmntawv.

Avenues Tsab Xovxwm

TSHOOJNTAWV 10 Tej Peb Cog!

Hom Zaubmov Nroj Tsuag Uas Nyiam Tshaj

Nyob rau tshooj ntawv no, peb kawm txog nroj tsuag.

1. Xaiv ib hom txiv hmab txiv ntoo los sis zaub rau koj tus menyuam nqa tuaj tom nws chav tsev kawmntawv.
2. Nrhiav ib daim duab txog rob nroj tsuag los sis rob ntoo uas txi lub txiv los sis hlav hom zaub no–tsis li los koj kos ib daim duab txog rob ntoo los sis rob zaub tuaj los tau.
3. Hais kom koj tus menyuam nqa lub txiv los sis qhov zaub, thiab daim duab los sis daim koj kos tuaj tom nws chav tsev kawmntawv.

Avenues Tsab Xovxwm

TSHOOJNTAWV 10 Tej Peb Cog!

Hom Zaubmov Nroj Tsuag Uas Nyiam Tshaj

Nyob rau tshooj ntawv no, peb kawm txog nroj tsuag.

1. Xaiv ib hom txiv hmab txiv ntoo los sis zaub rau koj tus menyuam nqa tuaj tom nws chav tsev kawmntawv.
2. Nrhiav ib daim duab txog rob nroj tsuag los sis rob ntoo uas txi lub txiv los sis hlav hom zaub no–tsis li los koj kos ib daim duab txog rob ntoo los sis rob zaub tuaj los tau.
3. Hais kom koj tus menyuam nqa lub txiv los sis qhov zaub, thiab daim duab los sis daim koj kos tuaj tom nws chav tsev kawmntawv.

BILTEN Avenues

DIZYÈM LESON **Nap grandi!**

Plant ki bay fwi/legim nou pi pito

Nan leson sa-a, nap aprann kichòy sou plant.

1. Chwazi yon fwi oswa yon legim ou renmen anpil; ba pitit ou a li pou l pote nan klas.
2. Chache yon foto plant-la oswa pyebwa kote li pouse a—oubyen desinen li oumenm.
3. Fè pitit ou a pote fwi oswa legim-la ak foto-a nan klas-la.

BILTEN Avenues

DIZYÈM LESON Nap grandi!

Plant ki bay fwi/legim nou pi pito

Nan leson sa-a, nap aprann kichòy sou plant.

1. Chwazi yon fwi oswa yon legim ou renmen anpil; ba pitit ou a li pou l pote nan klas.
2. Chache yon foto plant-la oswa pyebwa kote li pouse a—oubyen desinen li oumenm.
3. Fè pitit ou a pote fwi oswa legim-la ak foto-a nan klas-la.

BILTEN Avenues

DIZYÈM LESON Nap grandi!

Plant ki bay fwi/legim nou pi pito

Nan leson sa-a, nap aprann kichòy sou plant.

1. Chwazi yon fwi oswa yon legim ou renmen anpil; ba pitit ou a li pou l pote nan klas.
2. Chache yon foto plant-la oswa pyebwa kote li pouse a—oubyen desinen li oumenm.
3. Fè pitit ou a pote fwi oswa legim-la ak foto-a nan klas-la.

BILTEN Avenues

DIZYÈM LESON Nap grandi!

Plant ki bay fwi/legim nou pi pito

Nan leson sa-a, nap aprann kichòy sou plant.

1. Chwazi yon fwi oswa yon legim ou renmen anpil; ba pitit ou a li pou l pote nan klas.
2. Chache yon foto plant-la oswa pyebwa kote li pouse a—oubyen desinen li oumenm.
3. Fè pitit ou a pote fwi oswa legim-la ak foto-a nan klas-la.

Avenues

Observation Forms for Vocabulary Assessment

Vocabulary Assessments

Purpose and Description

Avenues* PreK** is designed to build children's vocabulary in a variety of common topics. To assess how children are doing in acquiring each unit's vocabulary, use the Vocabulary Assessments at the end of each unit. There is one performance assessment activity per vocabulary topic; each activity utilizes an ***Avenues program component with which children are familiar.

Conducting the Performance Assessment

Form groups of four children, while the other children are working independently or with peers at centers. After the suggested warm-up, carry out the activity, listening for each child's use of the unit vocabulary. Circle each word the child can point to or say in response to your prompts. Record additional unit vocabulary words used or other observations as you listen. For example, you might note when a child is mostly responding to Beginning-level prompts or when a child starts responding with single words or phrases (an Intermediate level) or when she or he produces a fluent sentence in response to your prompts (an Advanced level).

Circle each word the child points to or says in response to your prompts.

Make notes about how the child is responding.

Vocabulary Assessment Form, PreK Unit 4

Unit 4 • Vocabulary Assessment

DIRECTIONS Set up the activities described on Teachers E dition page T100, at the end of Unit 4. Then form small groups. After you record each child's name, carry out the activity. Listen for children's use of the unit vocabulary and circle each word a child can point to or say in response to your prompts. Record additional comments.

House Parts Date 11/10

Name	Vocabulary	Comments
Ming	chimney door roof wall window	Ming said each word.
Sophia	chimney door roof wall window	Sophia pointed and didn't know all the words.
Carlos	chimney door roof wall window	Carlos used each word in a sentence.
Don	chimney door roof wall window	Don gave details about each word.

Rooms/House Items Date ______

Name	Vocabulary	Comments
	bedroom kitchen living room bed sofa	
	bedroom kitchen living room bed sofa	
	bedroom kitchen living room bed sofa	
	bedroom kitchen living room bed sofa	

Location Words Date ______

Name	Vocabulary	Comments
	down in out up	
	down in out up	
	down in out up	
	down in out up	

Greetings/Goodbyes Date ______

Name	Vocabulary	Comments
	goodbye hello	
	goodbye hello	
	goodbye hello	
	goodbye hello	

Unit 4 | Vocabulary Assessment

For use with TE page T100

Unit 1 • Vocabulary Assessment

DIRECTIONS Set up the activities described on Teacher's Edition page T24, at the end of Unit 1. Then form small groups. After you record each child's name, carry out the activity. Listen for children's use of the unit vocabulary and circle each word a child can point to or say in response to your prompts. Record additional comments.

Face		Date ______	**Body**		Date ______
Name	**Vocabulary**	**Comments**	**Name**	**Vocabulary**	**Comments**
	ears eyes hair nose mouth			feet fingers hands head neck	
	ears eyes hair nose mouth			feet fingers hands head neck	
	ears eyes hair nose mouth			feet fingers hands head neck	
	ears eyes hair nose mouth			feet fingers hands head neck	

Unit 2 • Vocabulary Assessment

DIRECTIONS Set up the activities described on Teacher's Edition page T48, at the end of Unit 2. Then form small groups. After you record each child's name, carry out the activity. Listen for children's use of the unit vocabulary and circle each word a child can point to or say in response to your prompts. Record additional comments.

Clothes		Date ______	**Colors**		Date ______
Name	**Vocabulary**	**Comments**	**Name**	**Vocabulary**	**Comments**
	dress pants shirt shoes socks			blue green purple red yellow	
	dress pants shirt shoes socks			blue green purple red yellow	
	dress pants shirt shoes socks			blue green purple red yellow	
	dress pants shirt shoes socks			blue green purple red yellow	

Unit 3 • Vocabulary Assessment

DIRECTIONS Set up the activities described on Teacher's Edition page T74, at the end of Unit 3. Then form small groups. After you record each child's name, carry out the activity. Listen for children's use of the unit vocabulary and circle each word a child can point to or say in response to your prompts. Record additional comments.

Senses		Date ________
Name	**Vocabulary**	**Comments**
	hear see smell taste touch	
	hear see smell taste touch	
	hear see smell taste touch	
	hear see smell taste touch	

Food		Date ________
Name	**Vocabulary**	**Comments**
	cake chicken fruit salad soup	
	cake chicken fruit salad soup	
	cake chicken fruit salad soup	
	cake chicken fruit salad soup	

Day and Night		Date ________
Name	**Vocabulary**	**Comments**
	day night eat breakfast sleep wake up	
	day night eat breakfast sleep wake up	
	day night eat breakfast sleep wake up	
	day night eat breakfast sleep wake up	

Unit 4 • Vocabulary Assessment

DIRECTIONS Set up the activities described on Teacher's Edition page T100, at the end of Unit 4. Then form small groups. After you record each child's name, carry out the activity. Listen for children's use of the unit vocabulary and circle each word a child can point to or say in response to your prompts. Record additional comments.

House Parts		Date ______
Name	**Vocabulary**	**Comments**
	chimney door roof wall window	
	chimney door roof wall window	
	chimney door roof wall window	
	chimney door roof wall window	

Rooms/House Items		Date ______
Name	**Vocabulary**	**Comments**
	bedroom kitchen living room bed sofa	
	bedroom kitchen living room bed sofa	
	bedroom kitchen living room bed sofa	
	bedroom kitchen living room bed sofa	

Location Words		Date ______
Name	**Vocabulary**	**Comments**
	down in out up	
	down in out up	
	down in out up	
	down in out up	

Greetings/Goodbyes		Date ______
Name	**Vocabulary**	**Comments**
	goodbye hello	
	goodbye hello	
	goodbye hello	
	goodbye hello	

Unit 5 • Vocabulary Assessment

DIRECTIONS Set up the activities described on Teacher's Edition page T124, at the end of Unit 5. Then form small groups. After you record each child's name, carry out the activity. Listen for children's use of the unit vocabulary and circle each word a child can point to or say in response to your prompts. Record additional comments.

Family		Date ______	**Location**		Date ______
Name	**Vocabulary**	**Comments**	**Name**	**Vocabulary**	**Comments**
	baby brother father mother sister			indoors inside outdoors outside	
	baby brother father mother sister			indoors inside outdoors outside	
	baby brother father mother sister			indoors inside outdoors outside	
	baby brother father mother sister			indoors inside outdoors outside	

Unit 6 • Vocabulary Assessment

DIRECTIONS Set up the activities described on Teacher's Edition page T150, at the end of Unit 6. Then form small groups. After you record each child's name, carry out the activity. Listen for children's use of the unit vocabulary and circle each word a child can point to or say in response to your prompts. Record additional comments.

Places Date ________

Name	Vocabulary	Comments
	bakery city hall flower store market shopping mall	
	bakery city hall flower store market shopping mall	
	bakery city hall flower store market shopping mall	
	bakery city hall flower store market shopping mall	

Workers Date ________

Name	Vocabulary	Comments
	doctor firefighter letter carrier police officer teacher	
	doctor firefighter letter carrier police officer teacher	
	doctor firefighter letter carrier police officer teacher	
	doctor firefighter letter carrier police officer teacher	

Vehicles Date ________

Name	Vocabulary	Comments
	airplane bus car motorcycle truck	
	airplane bus car motorcycle truck	
	airplane bus car motorcycle truck	
	airplane bus car motorcycle truck	

Shapes Date ________

Name	Vocabulary	Comments
	circle rectangle	
	circle rectangle	
	circle rectangle	
	circle rectangle	

Unit 7 • Vocabulary Assessment

DIRECTIONS Set up the activities described on Teacher's Edition page T176, at the end of Unit 7. Then form small groups. After you record each child's name, carry out the activity. Listen for children's use of the unit vocabulary and circle each word a child can point to or say in response to your prompts. Record additional comments.

Animal Names

Date ________

Name	Vocabulary	Comments
	bear deer mouse skunk squirrel	
	bear deer mouse skunk squirrel	
	bear deer mouse skunk squirrel	
	bear deer mouse skunk squirrel	

Animal Bodies

Date ________

Name	Vocabulary	Comments
	beak paw tail wing	
	beak paw tail wing	
	beak paw tail wing	
	beak paw tail wing	

Sizes

Date ________

Name	Vocabulary	Comments
	big little long short	
	big little long short	
	big little long short	
	big little long short	

Shapes

Date ________

Name	Vocabulary	Comments
	circle square triangle	
	circle square triangle	
	circle square triangle	
	circle square triangle	

Unit 8 • Vocabulary Assessment

DIRECTIONS Set up the activities described on Teacher's Edition page T202, at the end of Unit 8. Then form small groups. After you record each child's name, carry out the activity. Listen for children's use of the unit vocabulary and circle each word a child can point to or say in response to your prompts. Record additional comments.

Location Words		Date ________
Name	**Vocabulary**	**Comments**
	between in on over under	
	between in on over under	
	between in on over under	
	between in on over under	

Direction Words		Date ________
Name	**Vocabulary**	**Comments**
	around down into out up	
	around down into out up	
	around down into out up	
	around down into out up	

Weather Words		Date ________
Name	**Vocabulary**	**Comments**
	cold hot rainy snowy windy	
	cold hot rainy snowy windy	
	cold hot rainy snowy windy	
	cold hot rainy snowy windy	

Unit 9 • Vocabulary Assessment

DIRECTIONS Set up the activities described on Teacher's Edition page T226, at the end of Unit 9. Then form small groups. After you record each child's name, carry out the activity. Listen for children's use of the unit vocabulary and circle each word a child can point to or say in response to your prompts. Record additional comments.

Seasons		Date ________	**Seasonal Activities**		Date ________
Name	**Vocabulary**	**Comments**	**Name**	**Vocabulary**	**Comments**
	fall spring summer winter			make snowman plant seeds play baseball rake leaves	
	fall spring summer winter			make snowman plant seeds play baseball rake leaves	
	fall spring summer winter			make snowman plant seeds play baseball rake leaves	
	fall spring summer winter			make snowman plant seeds play baseball rake leaves	

Unit 10 • Vocabulary Assessment

DIRECTIONS Set up the activities described on Teacher's Edition page T252, at the end of Unit 10. Then form small groups. After you record each child's name, carry out the activity. Listen for children's use of the unit vocabulary and circle each word a child can point to or say in response to your prompts. Record additional comments.

Plant Parts		Date ______	**Describing Words**		Date ______
Name	Vocabulary	Comments	Name	Vocabulary	Comments
	flower leaf root seed			big little rough smooth black brown	
	flower leaf root seed			big little rough smooth black brown	
	flower leaf root seed			big little rough smooth black brown	
	flower leaf root seed			big little rough smooth black brown	